ਕਿਰਨਾਂ ਦੇ ਅਕਸ-

ਕਾਵਿ-ਸੰਗ੍ਰਹਿ

ਡਾ. ਰਾਜੇਸ਼ਵਰ ਸਿੰਘ

ਸਾਹਿਤਪੀਡੀਆ ਪਬਲਿਸ਼ਿੰਗ

Sahityapedia Publishing

Noida (India) – 201301
Phone- (+91)-961-806-6119
Email- publish@sahityapedia.com
Website- publish.sahityapedia.com

First Edition – 2018
ISBN- 978-81-938344-1-1

ਉਨ੍ਹਾਂ ਦਰਵੇਸ਼ ਫ਼ੱਕੀਰਾਂ ਜਿਨ੍ਹਾਂ ਦਾ ਅਸਲ ਨਾਮ ਸ਼ਾਇਦ ਦੁਨੀਆਂ ਨੂੰ ਪਤਾ ਵੀ ਨਾ ਹੋਵੇ... ਜਿਨ੍ਹਾਂ 'ਚ ਦੋ ਗੁੱਤਾਂ ਵਾਲੇ ਬਾਬਾ ਜੀ ਵੀ ਸ਼ਾਮਿਲ ਨੇ... ਜੀ ਦੀ ਮਿੱਠੀ ਯਾਦ ਨੂੰ ਸਮਰਪਿਤ

Author's Declaration

All persons, places or events appearing in this work are purely fictional. Any resemblance to real persons, places or events is unintentional and purely coincidental.

ਮੁਖਬੰਧ

ਨਿਰੰਤਰ ਜ਼ਿੰਦਗੀ...

ਇਕ ਕਵਿਤਾ ਹੈ ਵੱਡੀ

ਤੁੱਕਬੰਦੀ ਦੀ ਕੀ ਜ਼ਰੂਰਤ...

ਆਜ਼ਾਦ ਜ਼ਿੰਦਗੀ ਕਵਿਤਾ ਹੈ ਵੱਡੀ

ਜ਼ਿੰਦਗੀ ਤਾਂ ਇਕ ਨਿਰੰਤਰ ਕਵਿਤਾ ਵਾਂਗ ਹੈ ਅਤੇ ਕਵਿਤਾ ਰੂਹ ਦੀ ਆਵਾਜ਼ ਹੀ ਹੈ.........

ਸ਼ਾਇਦ ਲੇਖਕਾਂ ਜਾਂ ਕਵੀਆਂ ਨੂੰ ਇਸ ਰੂਹ ਦੀ ਆਵਾਜ਼ ਨੂੰ ਕਲਮ-ਬੱਧ ਕਰਨ ਦੀ ਵਿਧਾਤਾ ਵੱਲੋਂ ਹੀ ਬਖ਼ਸ਼ਿਸ਼ ਮਿਲਦੀ ਹੈ। ਜ਼ਰੂਰੀ ਨਹੀਂ ਕਿ ਕਿਸੇ ਨੇ ਉਸ ਭਾਸ਼ਾ 'ਚ ਉੱਚੇਰੀ ਵਿੱਦਿਆ ਹਾਸਲ ਕੀਤੀ ਹੋਵੇ। ਮੈਂ ਖ਼ੁਦ ਇਕ ਅੰਗਰੇਜ਼ੀ ਡਾਕਟਰ ਹਾਂ ਅਤੇ ਮੈਂ ਮੈਡੀਸਿਨ ਵਿਸ਼ੇ ਵਿੱਚ ਸੰਨ 1994 ਵਿੱਚ ਮੈਡੀਕਲ ਕਾਲਜ ਅੰਮ੍ਰਿਤਸਰ ਤੋਂ ਐਮ.ਡੀ ਕੀਤੀ। ਹੁਣ ਮੈਂ ਆਪਣੇ ਜੱਦੀ ਸ਼ਹਿਰ ਕਪੂਰਥਲਾ ਵਿਖੇ ਖ਼ੁਦ ਦਾ ਹਸਪਤਾਲ ਚਲਾ ਰਿਹਾ ਹਾਂ। ਭਾਵੇਂ ਕਿ ਮੈਂ ਪੰਜਾਬੀ ਭਾਸ਼ਾ ਸਿਰਫ਼ ਮੈਟ੍ਰਿਕ ਤੱਕ ਹੀ ਪੜ੍ਹੀ...ਫ਼ਿਰ ਵੀ ਪੰਜਾਬੀ ਭਾਸ਼ਾ ਨਾਲ ਵਿਸ਼ੇਸ਼ ਮੋਹ ਹੋਣ ਕਾਰਨ ਮੈਂ ਖ਼ੁਦ ਦੀ ਕਲਮ ਨਾਲ ਲਿੱਖੀਆਂ ਆਪਣੀਆਂ ਚੁਣਿੰਦਾ ੧੦੧ ਕਵਿਤਾਵਾਂ ਦਾ ਸੰਗ੍ਰਹਿ ਪਾਠਕਾਂ ਦੇ ਸਨਮੁੱਖ ਰੱਖ ਰਿਹਾ ਹਾਂ। ਵਿਆਕਰਨ ਜਾਂ ਕਵਿਤਾਵਾਂ ਨੂੰ ਛਾਪਣ 'ਚ ਹੋਈਆਂ ਗਲਤੀਆਂ ਦੀ ਮਾਫ਼ੀ ਚਾਹੁੰਦਾ ਹਾਂ। ਉਮੀਦ ਕਰਦਾ ਹਾਂ ਕਿ ਪਾਠਕ ਇਸ ਕਿਤਾਬ ਨੂੰ ਅੰਗ੍ਰੇਜ਼ੀ ਭਾਸ਼ਾ 'ਚ

ਅਲਿਪਤ ਇਕ ਪੰਜਾਬੀ ਰੂਹ ਦੀ ਕਵਿਤਾਵਾਂ ਰੂਪੀ ਆਵਾਜ਼ ਸਮਝਦਿਆਂ ਹੋਇਆਂ ਆਪਣਾ ਨਿੱਘਾ ਤੇ ਭਰਵਾਂ ਮਾਣ ਬਖ਼ਸ਼ਣਗੇ।

ਆਪ ਦਾ ਸ਼ੁੱਭਚਿੰਤਕ,

ਡਾ.ਰਾਜੇਸ਼ਵਰ ਸਿੰਘ

ਐੱਮ.ਡੀ (ਮੈਡੀਸਿਨ)

Director,

Dr.Arora's

Angels Valley Medical Centre

Peer Chaudhary Road

Kapurthala, Pb. (India)

ਦੋ-ਸ਼ਬਦ

ਡਾ.ਰਾਜੇਸ਼ਵਰ ਸਿੰਘ, ਐੱਮ.ਡੀ, ਕਪੂਰਥਲਾ ਸ਼ਹਿਰ ਦੇ ਨਾਮਵਰ ਡਾਕਟਰਾਂ ਵਿੱਚੋਂ ਹਨ। ਜਿੱਥੇ ਇਹ ਦਿਲ ਦੀਆਂ ਨਾੜੀਆਂ 'ਚੋਂ ਖ਼ੂਨ ਦਾ ਵਹਾਅ ਦੇਖ ਲੈਂਦੇ ਹਨ, ਉੱਥੇ ਦਿਲ ਵਿੱਚ ਉੱਠੇ ਵਲਵਲੇ ਅਤੇ ਤਰੰਗਾਂ ਨੂੰ ਵੀ ਅਨੁਭਵ ਕਰ ਲੈਂਦੇ ਹਨ। ਉਹ ਪੰਛੀਆਂ ਨਾਲ ਅਕਾਸ਼ ਦੀ ਉੜਾਨ ਭਰ ਲੈਂਦੇ ਹਨ; ਉਹ ਫੁੱਲਾਂ ਦੀ ਖ਼ੁਸ਼ਬੂ ਨਾਲ ਚੌਗਿਰਦੇ ਨੂੰ ਮਹਿਕਾ ਦਿੰਦੇ ਹਨ; ਉਹ ਬਰਸਾਤ ਦੀ ਰਿਮ-ਝਿਮ ਦਾ ਨਾਦ ਆਪਣੀ ਕਾਵਿ ਕਲਾ ਦੀਆਂ ਸੁਰਾਂ 'ਚ ਗੁੰਦ ਦਿੰਦੇ ਹਨ। ਉਹਨਾਂ ਦੀ ਸ਼ਾਇਰੀ ਵਿੱਚ ਸਾਰੀ ਕੁਦਰਤ ਜਗ ਮਗਾਂਦੀ ਹੈ। ਉਹ ਚਿੜੀਆਂ ਦੀ ਚੀਂ-ਚੀਂ, ਪਾਣੀਆਂ ਦੇ ਵੇਗ ਨੂੰ ਖ਼ੂਬ ਸਮਝਦੇ ਹਨ। ਉਹਨਾਂ ਨੂੰ ਬਹੁਤ ਦੁੱਖ ਹੁੰਦਾ ਹੈ ਜਦੋਂ ਕੋਈ ਕੁਦਰਤ ਦੀਆਂ ਦਾਤਾਂ ਨਾਲ ਛੇੜ-ਛਾੜ ਕਰਦਾ ਹੈ। ਉਹਨਾਂ ਦੀ ਆਤਮਾ ਕਵਿਤਾ ਰਾਹੀਂ ਕੁਰਲਾ ਉੱਠਦੀ ਹੈ। ਉਹਨਾਂ ਦੀ ਪਹਿਲੀ ਕਾਵਿ-ਪੁਸਤਕ ਸਾਹਿਤ ਦੇ ਦਰਵਾਜ਼ੇ ਤੇ ਦਸਤਕ ਦੇ ਰਹੀ ਹੈ। ਬਹੁਤ ਗਿਆਨਵਾਨ ਡਾਕਟਰ ਦੇ ਹੱਥੋਂ ਕੁਦਰਤ ਦੀ ਡੂੰਘਾਈ ਨੂੰ ਛੂਹੰਦੀ ਪੁਸਤਕ ਪਾਠਕਾਂ ਨੂੰ ਜ਼ਰੂਰ ਪਸੰਦ ਆਵੇਗੀ। ਐਸੀ ਪੂਰੀ ਆਸ ਹੈ।

ਇੰਜ: ਖਜ਼ਾਨ ਸਿੰਘ

79/80, ਮਾਡਲ ਟਾਊਨ

ਕਾਰਜਕਾਰੀ ਇੰਜੀਨੀਅਰ

(ਸੇਵਾ ਮੁਕਤ)

ਕਪੂਰਥਲਾ

ਵਿਸ਼ੇ ਸੂਚੀ

1) ਰੂਹ ਦੀ ਆਵਾਜ਼

ਕਵਿਤਾ ਰੂਹ ਦੀ ਆਵਾਜ਼ ਹੁੰਦੀ ਹੈ,

ਤਾਰ ਛੇੜੋ ਤਾਂ ਦਿਲ ਦੇ ਸਾਜ਼ ਦੀ

ਬੜੀ ਮਿੱਠੀ ਜਹੀ ਆਵਾਜ਼ ਹੁੰਦੀ ਹੈ

ਖਾਲੀ ਅੱਖਰਾਂ ਨਾਲ ਕਵਿਤਾ ਨਹੀਂ ਬਣਦੀ

ਐਸੀ ਰਚਨਾ ਤਾਂ ਮੁੱਢੋਂ ਹੀ ਨਾਸਾਜ਼ ਹੁੰਦੀ ਹੈ

ਕਵਿਤਾ ਤਾਂ ਰੂਹ ਦੀ ਆਵਾਜ਼ ਹੁੰਦੀ ਹੈ

ਦਿਲ ਵਿੱਚ ਛੁੱਪਿਆ ਅਥਾਹ ਸਮੁੰਦਰ

ਸਮੁੰਦਰ ਤੋਂ ਨਦੀ ਨਹੀਂ ਨਾਰਾਜ਼ ਹੁੰਦੀ ਹੈ

ਕਵਿਤਾ ਤਾਂ ਰੂਹ ਦੀ ਆਵਾਜ਼ ਹੁੰਦੀ ਹੈ

ਸ਼ਾਂਤ-ਸਵਰ ਸਮੁੰਦਰ ਦੇ ਵਾਂਗੂੰ

ਡੂੰਘਾਈ ਉਸਦੀ ਇੱਕ ਰਾਜ਼ ਹੁੰਦੀ ਹੈ

ਕਵਿਤਾ ਰੂਹ ਦੀ ਆਵਾਜ਼ ਹੁੰਦੀ ਹੈ

2) ਨਿਰੰਤਰ ਜ਼ਿੰਦਗੀ

ਨਿਰੰਤਰ ਜ਼ਿੰਦਗੀ ਇੱਕ ਕਵਿਤਾ ਹੈ ਵੱਡੀ

ਵਹਿੰਦੀ ਨਦੀ ਸਰਿਤਾ ਹੈ ਵੱਡੀ

ਗੀਤ ਗੀਤਾਂਜਲੀ ਦੀ ਕਵਿਤਾ ਵਰਗਾ

ਨਾਨਕ ਦੀ ਉਚਾਰੀ ਆਰਤੀ ਹੈ ਵੱਡੀ

ਵਹਿੰਦੇ ਦਰਿਆ ਨੂੰ ਰੋਕੋ ਨਾ ਕਦੇ ਵੀ

ਨਿਰਮਲ ਵਹਿਣ ਸਰਿਤਾ ਹੈ ਵੱਡੀ

ਨਿਰੰਤਰ ਕਵਿਤਾ ਜੀਵਨ ਉਚਾਰੇ

ਨਾਨਕ ਦੀ ਉਚਾਰੀ ਆਰਤੀ ਹੈ ਵੱਡੀ

ਤੁੱਕਬੰਦੀ ਦੀ ਕੀ ਜ਼ਰੂਰਤ....

ਅਜ਼ਾਦ ਜ਼ਿੰਦਗੀ ਕਵਿਤਾ ਹੈ ਵੱਡੀ

ਖਿਲਦੇ ਫੁੱਲ ਗੀਤ ਉਚਾਰਨ

ਹਰ ਡਾਲ-ਡਾਲ ਕਵਿਤਾ ਹੈ ਵੱਡੀ

ਨਿਰੰਤਰ ਜ਼ਿੰਦਗੀ ਇੱਕ ਕਵਿਤਾ ਹੈ ਵੱਡੀ

ਵਹਿੰਦੀ ਨਦੀ ਸਰਿਤਾ ਹੈ ਵੱਡੀ

3) ਕਵਿਤਾ ਦੀ ਪੈਦਾਇਸ਼

ਉਡੀਕਦਾ ਪਿਆ ਕੋਈ ਪੰਨਾ ਖਾਲੀ ਹੈ
ਲੱਗਦਾ ਕੋਈ ਕਵਿਤਾ ਪੈਦਾ ਹੋਣ ਵਾਲੀ ਹੈ
ਦਿਲ ਵਿੱਚ ਕੋਈ ਤਾਂ ਪੀੜ ਉੱਠੀ ਹੈ
ਮਹਿਸੂਸ ਹੁੰਦਾ ਕੋਈ ਟੀਸ ਉੱਠੀ ਹੈ
ਪ੍ਰਸੂਤੀ ਦੀਆਂ ਪੀੜਾਂ ਦੇ ਵਾਂਗੂੰ
ਜਜ਼ਬਾਤਾਂ ਨੇ ਖਾਹਦੀ ਉੱਬਾਲੀ ਹੈ
ਲੱਗਦਾ ਕੋਈ ਕਵਿਤਾ ਪੈਦਾ ਹੋਣ ਵਾਲੀ ਹੈ
ਹਾਦਸਾ-ਗ੍ਰਸਤ ਜੱਦ ਕਲਮ ਹੈ ਹੁੰਦੀ
ਅਸ਼ਕਾਂ ਦੀ ਜ਼ਖ਼ਮਾਂ ਤੇ ਮਲ੍ਹਮ ਹੈ ਹੁੰਦੀ
ਪਤਾ ਨਹੀਂ ਬਿਰਹਾ ਦਾ ਕੱਦ ਹੋਣਾ ਹੈ ਚੌਥਾ
ਤੇ ਕਦੋਂ ਹੋਣੀ ਪੀੜਾਂ ਦੀ ਉੱਠਾਲੀ ਹੈ
ਲੱਗਦਾ ਕੋਈ ਕਵਿਤਾ ਪੈਦਾ ਹੋਣ ਵਾਲੀ ਹੈ
ਉਡੀਕਦਾ ਪਿਆ ਕੋਈ ਪੰਨਾ ਖਾਲੀ ਹੈ
ਲੱਗਦਾ ਕੋਈ ਕਵਿਤਾ ਪੈਦਾ ਹੋਣ ਵਾਲੀ ਹੈ

4) ਸ਼ਬਦ ਲੜੀ

ਸੋਚਾਂ ਦੀਆਂ ਉਚਾਈਆਂ

ਯਾਦਾਂ ਦੀਆਂ ਗਹਿਰਾਈਆਂ

ਵਿਚ ਚੁੱਭੀ ਮਾਰ ਦਿਖਾਵਾਂਗਾ

ਕੁਝ ਮੋਤੀ ਲੱਭ ਕੇ ਲਿਆਵਾਂਗਾ

ਇਕ-ਇਕ ਮਣਕਾ ਜੋੜ-ਜੋੜ ਕੇ

ਸ਼ਬਦ ਲੜੀ ਚ ਸਜਾਵਾਂਗਾ

ਹਾਲੇ ਵੀ ਕੁਝ ਪੰਨੇ ਜੋ ਕੋਰੇ

ਕੋਰੇ ਪੰਨੇ ਲਿਖ ਦਿਖਾਵਾਂਗਾ

ਸ਼ਾਇਦ ਨਵੀਂ ਕਵਿਤਾ ਬਣਾਵਾਂਗਾ

ਦਿਲ ਦਾ ਹਾਲ ਖੋਲ ਸੁਣਾਵਾਂਗਾ

ਸ਼ਾਇਦ ਫਿਰ ਕਵਿਤਾ ਸੁਣਾਵਾਂਗਾ

5) ਜਿੰਦ-ਜਾਨ ਮੇਰੀ ਪੰਜਾਬੀ

ਜਿੰਦ-ਜਾਨ ਮੇਰੀ ਪੰਜਾਬੀ

ਹੱਡਾਂ 'ਚ ਰੱਚੀ ਮੇਰੀ ਪੰਜਾਬੀ

ਬਿਨਾਂ ਤੇਰੇ ਵਜੂਦ ਨਹੀਂ ਸੰਭਵ

ਨੌਂਹ-ਮਾਸ ਮੇਰੀ ਪੰਜਾਬੀ

ਬਿਨ ਤੇਰੇ ਮੈਂ ਜੀ ਨਹੀਂ ਸਕਦਾ

ਸੁਆਸ-ਸੁਆਸ ਮੇਰੀ ਪੰਜਾਬੀ

ਤੇਰੇ ਬਿਨਾਂ ਮੇਰਾ ਨਹੀਂ ਗੁਜ਼ਾਰਾ

ਉਮੀਦ ਆਸ ਮੇਰੀ ਪੰਜਾਬੀ

ਪ੍ਰਦੇਸਾਂ 'ਚ ਵੀ ਜਾ ਕੇ ਦੇਖ ਲਿਆ

ਧੂਹ ਖਿੱਚ ਕਾਲਜੇ ਪਾਵੇ ਪੰਜਾਬੀ

ਕਣ-ਕਣ 'ਚ ਵਾਸਾ ਹੈ ਤੇਰਾ ਡਿੱਠਾ

ਵਿਚ ਰੋਮ-ਰੋਮ ਵਸਦੀ ਪੰਜਾਬੀ

ਨਾਨਕ ਨੇ ਬੋਲੀ, ਫ਼ਰੀਦ ਨੇ ਬੋਲੀ

ਦਰਵੇਸ਼ਾਂ ਦੀ ਬਾਣੀ ਮੇਰੀ ਪੰਜਾਬੀ

ਤੂੰ ਵੀ ਬੋਲੇਂ, ਮੈਂ ਵੀ ਬੋਲਾਂ

ਅਮ੍ਰਿਤ-ਮਾਖਿਉ ਮੇਰੀ ਪੰਜਾਬੀ

ਇਸ ਮਿੱਟੀ ਨੂੰ ਮੱਥੇ ਲਾਂਦਾ ਹਾਂ ਨਿੱਤ

ਮਿੱਟੀ 'ਚ ਵੀ ਵਸਦੀ ਮੇਰੀ ਪੰਜਾਬੀ

ਆਪਾਂ ਵੀ ਰਲ ਜਾਣਾ ਮਿੱਟੀ 'ਚ ਸਜਣਾਂ

ਕਣ-ਕਣ 'ਚ ਵਸਦੀ ਮੇਰੀ ਪੰਜਾਬੀ

ਹੈ ਜਿੰਦ ਜਾਨ ਮੇਰੀ ਪੰਜਾਬੀ

6) ਮਤੇਈ ਮਾਂ

ਪੰਜ ਆਬਾਂ ਦੀ ਤੇਰੀ ਧਰਤੀ

ਪੰਜ ਆਬਾਂ ਦੀ ਮੇਰੀ ਧਰਤੀ

ਹਾਏ, ਚੰਦਰੇ ਪਾੜੇ ਪਾ ਗਏ

ਰੋਗ ਅਵੱਲੇ ਲਾ ਗਏ.....

ਉਹ ਤੇਰੀ ਬੋਲੀ, ਉਹ ਮੇਰੀ ਬੋਲੀ

ਬੋਲੀ ਜੋ ਬਾਬੇ ਫ਼ਰੀਦ ਨੇ ਬੋਲੀ

ਗੁਰੂ ਨਾਨਕ ਨੇ ਮਿਸ਼ਰੀ ਘੋਲੀ

ਸਾਡੀ ਮਿੱਠੜੀ ਮਾਂ ਬੋਲੀ ਨੂੰ

ਮਤੇਈ ਮਾਂ ਬਣਾ ਗਏ

ਹਾਏ, ਚੰਦਰੇ ਪਾੜੇ ਪਾ ਗਏ

ਰੋਗ ਅਵੱਲੇ ਲਾ ਗਏ.....

ਬੋਲੀ ਦੀ ਲਿੱਪੀ ਜੋ ਗੁਰੂਆਂ ਲਿੱਖੀ

ਲਿੱਪ-੨ ਫੱਟੀਆਂ ਜੋ ਅਸਾਂ ਨੇ ਸਿੱਖੀ

ਉਹ ਗੁੰਮ ਗਈਆਂ ਫੱਟੀਆਂ

ਡੁੱਲ ਗਈਆਂ ਸਿਆਹੀਆਂ

ਬਾਲ ਪੈੱਨ ਤੇ ਵਲਾਇਤੀ ਪੈਂਸਲਾਂ
ਲਿੱਪੀ ਨੂੰ ਖੁੱਡੇ ਲਾ ਗਏ
ਹਾਏ, ਚੰਦਰੇ ਪਾੜ੍ਹੇ ਪਾ ਗਏ
ਰੋਗ ਅਵੱਲੇ ਲਾ ਗਏ.....

ਵਾਰਸ ਸ਼ਾਹ ਦੇ ਵਾਰਸ ਤੁਸੀਂ ਹੋ
ਵਾਰਸ ਸ਼ਾਹ ਦੇ ਵਾਰਸ ਅਸੀਂ ਹਾਂ
ਵਿਰਸਾ ਵਾਰਸ ਸ਼ਾਹ ਦਾ ਓਏ ਵਾਰਸੋ
ਲਾਇਬ੍ਰੇਰੀਆਂ ਵਿੱਚ ਦਫ਼ਨਾ ਗਏ
ਹਾਏ, ਚੰਦਰੇ ਪਾੜ੍ਹੇ ਪਾ ਗਏ
ਰੋਗ ਅਵੱਲੇ ਲਾ ਗਏ.....

ਵੇਖੋ ਪੰਜਾਬੀ ਪੰਜਾਬੀਅਤ ਤੋਂ ਟੁੱਟ ਗਏ
ਖ਼ੁਰਾਕਾਂ, ਬੋਲੀ, ਵਿਰਸਾ ਭੁੱਲ ਗਏ
ਜਵਾਨੀ ਰੁੱਲ ਗਈ, ਪੰਜਾਬੀਅਤ ਰੁੱਲ ਗਈ
ਐਸੀ ਨਸ਼ਿਆਂ ਦੀ ਹਨੇਰੀ
ਉਹ ਚੰਦਰੇ ਹੀ ਸਨ ਵਗ੍ਹਾ ਗਏ
ਹਾਏ, ਚੰਦਰੇ ਪਾੜ੍ਹੇ ਪਾ ਗਏ
ਰੋਗ ਅਵੱਲੇ ਲਾ ਗਏ.....

ਪਾੜੋ ਤੇ ਰਾਜ ਕਰੋ ਦੀ ਨੀਤੀ
ਜਿਸ ਨੀਤੀ ਤੇ ਰਾਜਨੀਤੀ ਕੀਤੀ
ਕਲਚਰ ਨੂੰ ਲੱਚਰ ਕਰਨ ਦੀ ਨੀਤੀ
ਜਾਂਦੇ ਵਾਰੀ ਸਨ ਅਪਣਾ ਗਏ
ਹਾਏ, ਚੰਦਰੇ ਪਾੜੇ ਪਾ ਗਏ
ਰੋਗ ਅਵੱਲੇ ਲਾ ਗਏ.....

ਖੋਲੋ, ਉਏ ਹੁਣ ਤਾਂ ਅੱਖਾਂ ਖੋਲੋ
ਅਣਭੋਲ ਨਾ ਬਣਿਉ ਉਏ ਅਣਭੋਲੋ
ਪੱਗੜੀ ਸੰਭਾਲ਼ ਉਏ ਪੰਜਾਬੀਆ
ਪੱਗੜੀ ਸੰਭਾਲ਼ ਉਏ
ਚੰਦਰਿਆਂ ਨੇ ਲੁੱਟ ਲਿਆ ਸੱਭ ਕੁੱਛ
ਕਰ ਦਿੱਤਾ ਬੇਹਾਲ ਉਏ
ਵਿਰਾਸਤ ਲੁੱਟ ਲਈ ਵੈਰੀਆਂ ਨੇ
ਹੁਣ ਵਿਰਸਾ ਵੀ ਸਾਡਾ ਖਾ ਗਏ
ਹਾਏ, ਚੰਦਰੇ ਪਾੜੇ ਪਾ ਗਏ
ਰੋਗ ਅਵੱਲੇ ਲਾ ਗਏ.....

ਜਿਸਨੇ ਆਪਣੀ ਮਾਂ ਬੋਲੀ ਛੱਡੀ
ਜਿਸਨੇ ਵੀ ਆਪਣੀ ਵਿਰਾਸਤ ਛੱਡੀ
ਉਸਨੇ ਹੈ ਆਪਣੀ ਇਜ਼ੱਤ ਛੱਡੀ
ਉਸਨੇ ਹੈ ਆਪਣੀ ਇਬਾਦਤ ਛੱਡੀ
ਸਿਰ ਕੱਢ ਕੇ ਮਾਣ ਕਰੋ ਵਿਰਸੇ ਦਾ
ਸਿਰ ਕੱਢ ਕੇ ਮਾਣ ਕਰੋ ਪੰਜਾਬੀਅਤ ਦਾ
ਉਨ੍ਹਾਂ ਕਦਰੀ ਬਾਬਿਆਂ ਦਾ
ਉਨ੍ਹਾਂ ਗਦਰੀ ਬਾਬਿਆਂ ਦਾ
ਮਹਾਰਾਜਾ ਰਣਜੀਤ ਸਿੰਘ ਵਰਗੇ ਸੂਰਮਿਉਂ
ਇਸੇ ਧਰਤੀ ਤੇ ਭਾਈ ਮਰਦਾਨਾ
ਰਬਾਬ ਇਲਾਹੀ ਸਨ ਵਜਾ ਗਏ
ਹਾਏ, ਚੰਦਰੇ ਪਾੜ੍ਹੇ ਪਾ ਗਏ
ਰੋਗ ਅਵੱਲੇ ਲਾ ਗਏ.....

ਪੰਜਾਬੀਓ ਪੰਜਾਬੀ ਬਣੋ ਪੰਜਾਬੀਓ
ਪੰਜਾਬੀਅਤ ਦੀ ਕਦਰ ਕਰੋ ਪੰਜਾਬੀਓ
ਦੇਸ਼ਾਂ ਵਿਦੇਸ਼ਾਂ 'ਚ ਸਿਰ ਕੱਢ ਪੰਜਾਬੀਓ
ਸੀਸ ਤੁਹਾਡਿਉਂ ਤੁਹਾਡੇ ਹੀ ਹੱਥੋਂ
ਤੁਹਾਡੀਆਂ ਦਸਤਾਰਾਂ ਲੁਹਾ ਗਏ

ਹਾਏ, ਚੰਦਰੇ ਪਾੜੇ ਪਾ ਗਏ
ਰੋਗ ਅਵੱਲੇ ਲਾ ਗਏ.....

ਗੁਰੂ ਗੋਬਿੰਦ ਦੇ ਪੁੱਤਰ ਤੁਸੀਂ ਹੋ
ਜਿਨ੍ਹਾਂ ਤੋਂ ਸਰਬੰਸ ਵਾਰਿਆ
ਉਹ ਸਪੁੱਤਰ ਤੁਸੀਂ ਹੋ
ਪੁੱਤਰੋ ਕਪੁੱਤ ਬਣਿਉਂ ਨਾ ਕਦੇ ਵੀ
ਚੰਦਰੇ ਲੱਖਾਂ ਨੂੰ ਨਾਈਆਂ ਦੀ ਹੱਟੀ
ਆਪ ਮੁਹਾਂਦਰੇ ਚੜ੍ਹਾ ਗਏ
ਹਾਏ, ਚੰਦਰੇ ਪਾੜੇ ਪਾ ਗਏ
ਰੋਗ ਅਵੱਲੇ ਲਾ ਗਏ.....

ਤਰਸਾਂ ਮੈਂ ਨਨਕਾਣੇ ਨੂੰ
ਤਰਸੋ ਤੁਸੀਂ ਵੀ ਇੱਧਰ ਆਣੇ ਨੂੰ
ਆਪਸ ਦੇ ਵਿੱਚ ਪਾ ਕੇ ਵੰਡਾਂ
ਸਾਨੂੰ ਆਪਸ ਵਿੱਚ ਹੀ ਲੜਾ ਗਏ
ਹਾਏ, ਚੰਦਰੇ ਪਾੜੇ ਪਾ ਗਏ
ਰੋਗ ਅਵੱਲੇ ਲਾ ਗਏ.....

ਕਰਜ਼ੇ ਤੁਸਾਂ ਵੀ ਸਿਰਾਂ ਤੇ ਚੁੱਕੇ

ਕਰਜ਼ੇ ਅਸਾਂ ਵੀ ਸਿਰਾਂ ਤੇ ਚੁੱਕੇ

ਹੱਥਿਆਰਾਂ ਦੀਆਂ ਪੰਡਾਂ ਚੁੱਕ-੨ ਥੱਕੇ

ਸੁੱਟੋ ਪੰਡਾਂ, ਲਾਹ ਦਿਉ ਕਰਜ਼ੇ

ਆਪਸ ਦੇ ਵਿੱਚ ਗੱਲਵਕੜੀਆਂ ਪਾਈਏ

ਅੱਵਲ-ਅੱਲ੍ਹਾ ਇਕ ਨੂਰ ਦੇ ਬੰਦਿਉ

ਇਕ ਦੂਜੇ ਦੇ ਦਰਦ ਵੰਡਾਈਏ

ਸੁਹੇਲੇ ਗਾਈਏ, ਭੰਗੜੇ ਪਾਈਏ

ਰੱਜ-੨ ਪੰਜ ਆਬਾਂ ਦੀ ਫ਼ਿਜ਼ਾ ਹੰਡਾਈਏ

ਜਿਵੇਂ ਜਰਮਨੀ ਇਕ ਸੀ ਹੋਇਆ

ਆਪਾਂ ਵੀ ਸਰਹੱਦਾਂ ਮਿਟਾਈਏ

ਦੁਨੀਆਂ ਦੇ ਵਿੱਚ ਸਿਰ ਕੱਢ ਕੁਹਾਈਏ

ਸੁਹੇਲੇ ਗਾਈਏ, ਨੱਚੀਏ ਗਾਈਏ

ਅੱਵਲ-ਅੱਲ੍ਹਾ ਇਕ ਨੂਰ ਦੇ ਬੰਦਿਉ

ਆਪਸ ਦੇ ਵਿੱਚ ਗੱਲਵਕੜੀਆਂ ਪਾਈਏ

ਸੁਹੇਲੇ ਗਾਈਏ, ਨੱਚੀਏ ਗਾਈਏ

ਉਸ ਇਕ ਦਾਤੇ ਦਾ ਸ਼ੁਕਰ ਮਨਾਈਏ

ਉਸ ਇਕ ਅੱਲ੍ਹਾ ਦਾ ਸ਼ੁਕਰ ਮਨਾਈਏ

7) ਕਿਰਨਾਂ ਦੇ ਅਕਸ

ਚਲੋ ਯਾਦਾਂ ਦੇ ਸਫ਼ਰ ਤੇ ਨਿਕਲਦੇ ਹਾਂ

ਸੱਤਰੰਗੀ ਪੀਂਘਾ 'ਚ ਰੰਗ ਭਰਦੇ ਹਾਂ

ਇੰਦਰ-ਧੱਨੁਸ਼ੀ ਰੰਗਾਂ ਵਿੱਚੋਂ

ਕਿਰਨਾਂ ਦੇ ਅਕਸ ਪਕੜਦੇ ਹਾਂ

ਸੁੱਪਨਿਆਂ ਦੇ ਖੰਭ ਲਗਾ ਕੇ

ਦੂਰ ਕਿਸੇ ਪੈਂਡੇ ਤੇ ਨਿਕਲਦੇ ਹਾਂ

ਧੁੰਦਲੇ ਜਹੇ ਅਕਸ ਉਭਾਰ ਕੇ

ਬੰਦ ਗ਼ਲੀਆਂ ਵਿੱਚੋਂ ਗੁਜ਼ਰਦੇ ਹਾਂ

ਪਰਿੰਦਿਆਂ ਵਾਂਗੂੰ ਪਰ ਮਾਰ ਕੇ

ਖ਼ਲਾ ਦੇ ਵਿੱਚ ਉਡਾਰੀਆਂ ਭਰਦੇ ਹਾਂ

ਪਰਿੰਦਿਆਂ ਦੇ ਅਕਸ ਗਰਦਿਸ਼ ਵਿੱਚ

ਤੈਰਦੇ ਜਹੇ ਪਰਛਾਵੇਂ ਫੜਦੇ ਹਾਂ

ਸੁੱਪਨਿਆਂ ਦੇ ਖੰਭ ਲਗਾ ਕੇ

ਦੂਰ ਕਿਸੇ ਪੈਂਡੇ ਤੇ ਨਿਕਲਦੇ ਹਾਂ

8) ਸਿਰਜਣਾ ਦਾ ਬੂਟਾ

ਵਿਰਸੇ ਦੇ ਵਿਹੜੇ ਸਿਰਜਣਾ ਦਾ ਬੂਟਾ

ਸਿਰਜਣਾਤਮਕ ਰੂਹਾਂ ਦਾ ਫੱਬਦਾ ਨਜ਼ਾਰਾ

ਕਲਮਾਂ ਕਈ ਪੈਂਡੇ ਮੁਕਾ ਕੇ ਆਈਆਂ

ਪ੍ਰੇਰਣਾਂ ਦਾ ਸਰੋਤ ਸਿਰਜਣਾ ਦਾ ਸਹਾਰਾ

ਮੈਂ ਵੀ ਸਿਰਜਾਂ.... ਬੂਟੇ ਨੂੰ ਪਾਲਾਂ

ਸਿਰਜਣਾਂ ਦੇ ਰੁੱਖ ਦਾ ਸੁੰਦਰ ਨਜ਼ਾਰਾ

ਮੇਰੀ ਬੁੱਕ ਵਿੱਚ ਕਤਰਾ ਕੁ ਪਾਣੀ

ਫੁੱਟਦਾ ਕੋਈ ਚਸ਼ਮਾਂ ਵਗਦਾ ਫੁਆਰਾ

ਸਿਰਜਣਾਤਮਕ ਕਲਮਾਂ ਤੋਂ ਜਾਵਾਂ ਸਦਕੇ

ਵਾਰੀ ਜਾਵਾਂ ਮੈਂ ਜਾਵਾਂ ਬਲਿਹਾਰਾ

ਬਹੁਪੱਖੀ ਲੇਖਣ ਲਿੱਖਦੀਆਂ ਨੇ ਰੂਹਾਂ

ਸਿਰਜਣਹਾਰਿਆਂ ਦਾ ਕਿਰਦਾਰ ਪਿਆਰਾ

ਕਈ ਬਜ਼ੁਰਗ ਵਾਰ ਬੜੇ ਤਜ਼ੁਰਬਕਾਰ

ਲੇਖਕ ਜਗਤ ਦਾ ਮਾਣ ਤੇ ਸਹਾਰਾ

ਵਿਰਸੇ ਦੇ ਵਿਹੜੇ ਸਿਰਜਣਾ ਦਾ ਬੂਟਾ

ਸਿਰਜਣਹਾਰਿਆਂ ਦਾ ਕਿਰਦਾਰ ਪਿਆਰਾ

9) ਰਾਧੇ-ਰਾਧੇ

ਕਿਸੇ ਭੁੱਖੇ ਨੂੰ
ਕਿਸੇ ਗਰੀਬ ਨੂੰ
ਦੋ ਟੁੱਕੜੇ
ਕਿਤੇ ਅੰਨ ਦੇ ਖੁਆ ਦੇ
ਬਸ ਫਿਰ ਰਾਧੇ-ਰਾਧੇ
ਰਾਧੇ ਹੀ ਰਾਧੇ

ਕਿਸੇ ਉੱਜੜੇ ਨੂੰ
ਕਿਸੇ ਕੰਗਾਲ ਨੂੰ
ਪਰਬਤ ਵਾਂਗੂ
ਸਿਰ ਦੇ ਉੱਪਰ
ਚਾਹੇ ਕੱਖਾਂ ਦੀ
ਛੱਤ ਹੀ ਦੁਆ ਦੇ
ਬਸ ਫਿਰ ਰਾਧੇ-ਰਾਧੇ
ਰਾਧੇ ਹੀ ਰਾਧੇ

ਕਿਸੇ ਅਨਾਥ ਨੂੰ

ਭੁੱਖੇ ਬੱਚੇ ਨੂੰ

ਪੋਲੀਓ ਦੀਆਂ

ਦੋ ਬੂੰਦਾ ਵਾਂਗੂੰ

ਦੋ ਘੁੱਟ ਕਿਤੇ

ਦੁੱਧ ਦੇ ਪਿਆਦੇ

ਬਸ ਫਿਰ ਰਾਧੇ-ਰਾਧੇ

ਰਾਧੇ ਹੀ ਰਾਧੇ

ਠਰ- ਠਰ ਕਰਦੀ

ਸਰਦੀ ਦੇ ਵਿੱਚ

ਸੜਕਾਂ ਕੰਢੇ

ਸੁੱਤੇ ਜੀਆਂ ਤੇ

ਕਿਤੇ ਕੋਈ ਕੰਬਲ

ਉਪਰੋਂ ਦੀ ਪਾ ਦੇ

ਬਸ ਫਿਰ ਰਾਧੇ-ਰਾਧੇ

ਰਾਧੇ ਹੀ ਰਾਧੇ

ਕਿਸੇ ਗਰੀਬ ਦੇ

ਬੱਚੇ ਨੂੰ

ਦੋ ਚਾਰ ਕਿਤੇ
ਕਿਤਾਬਾਂ ਦੁਆ ਦੇ
ਦੋ ਚਾਰ ਕਿਤੇ
ਵਰਦੀਆਂ ਸੁਆ ਦੇ
ਬਸ ਫਿਰ ਰਾਧੇ-ਰਾਧੇ
ਰਾਧੇ ਹੀ ਰਾਧੇ

ਦੋ ਹੱਥ ਜੋੜਾਂ
ਦੋ ਹੱਥਾਂ ਨਾਲ ਵੰਡਾਂ
ਦਸਵੰਧ ਦੀਆਂ ਕਿਤੇ
ਹੋ ਜਾਵਣ ਪੰਡਾਂ
ਸੇਵਾ ਵਾਸਤੇ
ਕੋਈ ਥੋੜ ਨਾ ਆਵੇ
ਐਸੀ ਕੋਈ
ਜੁਗਤ ਬਣਾ ਦੇ
ਬਸ ਫਿਰ ਹਾਧੇ-ਰਾਧੇ
ਰਾਧੇ ਹੀ ਰਾਧੇ

10) ਦੁਨੀਆਂ ਨਾ ਤੇਰੀ ਨਾ ਮੇਰੀ

ਮਹਿਲ-ਮਾੜੀਆਂ ਤੇ ਮਾਸ ਦੇ ਢਾਂਚੇ
ਹੋ ਜਾਣੇ ਢਹਿ-ਢੇਰੀ ਬੰਦਿਆ
ਦੁਨੀਆਂ ਨਾ ਤੇਰੀ ਨਾ ਮੇਰੀ

ਪਾਪ ਪੁੰਨ ਕਮਾਈਆਂ ਕਰਕੇ
ਬੰਨ ਪੰਡਾਂ ਦੀ ਢੇਰੀ ਬੰਦਿਆ
ਪਾ ਲੈਣੀ ਫਿਰ ਫੇਰੀ ਬੰਦਿਆ
ਨਾ ਤੇਰੀ ਨਾ ਮੇਰੀ

ਠਾਕੁਰ ਦਾ ਦੁਆਰਾ ਸਭ ਦੇ ਅੰਦਰ
ਮਾਰ ਝਾਤੀ ਇਕੇਰੀ ਬੰਦਿਆ
ਨਾ ਤੇਰੀ ਨਾ ਮੇਰੀ
ਦੁਨੀਆ ਨਾ ਤੇਰੀ
ਨਾ ਮੇਰੀ

11) ਲਾਲ ਬਰਾਬਰ

ਪੰਜਾਬੀ ਬੋਲਦੇ...ਪੰਜਾਬੀਅਤ ਮਾਣਦੇ

ਇਸ ਮਿੱਟੀ ਦੇ ਸਾਰੇ ਹਾਂ ਲਾਲ ਬਰਾਬਰ

ਪੰਜਾਬੀ ਮਾਂ ਦੇ ਢਿੱਡੋਂ ਜਾਏ

ਦੁੱਖ-ਸੁੱਖ ਸਾਂਝੇ ਅਸਾਂ ਹੰਡਾਏ

ਧਰਤੀ ਮਾਂ ਦੇ ਸਭ ਹਾਂ ਬਾਲ ਬਰਾਬਰ

ਮਿੱਟੀ 'ਚੋਂ ਹੀ ਉਪਜੇ...ਮਿੱਟੀ 'ਚ ਸਮਾਏ

ਦੁੱਖ-ਸੁੱਖ ਸਾਂਝੇ ਅਸਾਂ ਹੰਡਾਏ

ਵਕਤ-ਬਾਵਕਤ ਹਾਂ ਹਰ ਹਾਲ ਬਰਾਬਰ

ਪੰਜਾਬੀ ਬੋਲਦੇ...ਪੰਜਾਬੀਅਤ ਮਾਣਦੇ

ਇਸ ਮਿੱਟੀ ਦੇ ਸਾਰੇ ਹਾਂ ਲਾਲ ਬਰਾਬਰ

12) ਵਿਰਸਾ ਮੇਰੀ ਵਿਰਾਸਤ

ਵਿਰਸੇ 'ਚ ਮੈਨੂੰ ਰੁੱਖ ਮਿਲੇ ਨੇ
ਛਾਵਾਂ ਮਾਨਣ ਦਾ ਹੱਕ ਬਣਦਾ ਹੈ
ਵਿਰਸੇ 'ਚ ਮੈਨੂੰ ਕੁੱਛ ਆਬ ਮਿਲੇ ਨੇ
ਪਾਣੀਆਂ 'ਚ ਨਹਾਉਣ ਦਾ ਹੱਕ ਬਣਦਾ ਹੈ
ਵਿਰਸੇ 'ਚ ਮੈਨੂੰ ਇੱਕ ਸੂਰਜ ਮਿਲਿਆ ਹੈ
ਧੁੱਪਾਂ 'ਚ ਨਹਾਉਣ ਦਾ ਵੀ ਹੱਕ ਬਣਦਾ ਹੈ
ਵਿਰਸੇ 'ਚ ਸਾਫ਼ ਫ਼ਿਜ਼ਾ ਸੀ ਮਿਲੀ
ਹਵਾਵਾਂ ਖਾਉਣ ਦਾ ਵੀ ਹੱਕ ਬਣਦਾ ਹੈ
ਵਿਰਸਾ ਮੇਰਾ ਵਿਰਾਸਤ ਮੇਰੀ
ਹੱਕ ਜਮਾਉਣ ਦਾ ਵੀ ਹੱਕ ਬਣਦਾ ਹੈ
ਵਿਰਸੇ ਨੂੰ ਨਾ ਓਏ ਵੱਢੋ ਸਾੜੋ
ਰੁੱਖਾਂ ਦੀ ਛਾਂ ਤੇ ਹੱਕ ਬਣਦਾ ਹੈ
ਹਵਾ ਨੂੰ ਗੰਧਲਾ ਨਾ ਕਰੋ ਓਏ
ਪਉਣਾਂ 'ਚ ਜੀਉਣ ਦਾ ਹੱਕ ਬਣਦਾ ਹੈ
ਆਬਾਂ 'ਚ ਜ਼ਹਿਰ ਨਾ ਘੋਲੋ ਓਏ ਲੋਕੋ
ਪਾਣੀ ਨੂੰ ਪੀਣ ਦਾ ਹੱਕ ਬਣਦਾ ਹੈ
ਵਿਰਸਾ ਮੇਰਾ ਵਿਰਾਸਤ ਮੇਰੀ

ਹੱਕ ਜਮਾਉਣ ਦਾ ਵੀ ਹੱਕ ਬਣਦਾ ਹੈ

13) ਖੇਤ ਨਾ ਸਾੜੋ

ਸਾੜੋ ਨਾ ਉਏ ਖੇਤ ਨਾ ਸਾੜੋ
ਧਰਤੀ ਵਿਚਲੇ ਜੀਵ ਨਾ ਸਾੜੋ
ਵਾਤਾਵਰਨ ਹੈ ਦੂਸ਼ਿਤ ਹੋਇਆ
ਹੋਰ ਇਸ ਨੂੰ ਨਾ ਵਿਗਾੜੋ
ਸਾੜੋ ਨਾ ਉਏ ਖੇਤ ਨਾ ਸਾੜੋ
ਧਰਤੀ ਤੱਪਦੀ ਪਾਣੀ ਸੁੱਕ ਗਏ
ਸੋਕੇ ਕਾਰਨ ਕਈ ਜੀਵਨ ਮੁੱਕ ਗਏ
ਕੁਦਰਤ ਦੀਆਂ ਅਨਮੋਲ ਨੇ ਦਾਤਾਂ
ਐਵੇਂ ਨਾ ਦਾਤਾਂ ਲਿਤਾੜੋ
ਸਾੜੋ ਨਾ ਉਏ ਖੇਤ ਨਾ ਸਾੜੋ
ਪੌਣ-ਪਾਣੀ ਖਰਾਬ ਹੈ ਹੋਇਆ
ਸੰਤੁਲਨ ਕੁਦਰਤ ਦਾ ਬਰਬਾਦ ਹੈ ਹੋਇਆ
ਜੀਵ-ਜੰਤ ਕਈ ਅਲੋਪ ਹੋ ਗਏ
ਰਹਿੰਦੇ-ਖੂਹੰਦੇ ਨਾ ਗੱਡੀ ਚਾੜ੍ਹੋ
ਸਾੜੋ ਨਾ ਉਏ ਖੇਤ ਨਾ ਸਾੜੋ.....

14) ਦੋ ਬੁੱਲੇ ਸਾਫ਼ ਹਵਾ ਦੇ

ਦੋ ਬੁੱਲੇ ਸਾਫ਼ ਹਵਾ ਦੇ ਦਿਉ
ਧੂਇਆਂ ਰਹਿਤ ਫਿਜ਼ਾ ਦੇ ਦਿਉ
ਉਹ ਸਿਹਤਮੰਦ ਖੇਤੀ ਦੇ ਦਿਉ
ਸਾਫ਼ ਹਵਾ ਕੋਈ ਛੇਤੀ ਦੇ ਦਿਉ
ਰੱਬ ਨੂੰ ਕੋਈ ਹੇਠਾਂ ਬੁਲਾਉ
ਵਿੱਥਿਆ ਉਸ ਨੂੰ ਖੋਲ ਸੁਣਾਉ
ਰੱਬ ਤਾਂ ਸਾਡੇ ਅੰਦਰ ਹੈ ਵੱਸਦਾ
ਇਹੋ ਹਰ ਇਕ ਗ੍ਰੰਥ ਹੈ ਦੱਸਦਾ
ਬੰਦਾ ਆਪਣੀ ਕਿਸਮਤ ਆਪ ਹੈ ਲਿੱਖਦਾ
ਹੱਲ ਵੀ ਸਾਹਮਣੇ ਪਿਆ ਹੈ ਦਿੱਸਦਾ
ਚਲੋ ਰੱਲ ਆਪਾਂ ਬੂਟੇ ਲੱਗਾਈਏ
ਹਵਾ ਨੂੰ ਸਾਫ਼ ਤੇ ਸੁੱਥਰਾ ਬਣਾਈਏ
ਪੱਤੇ ਧੂੰਏਂ ਨੂੰ ਸਾਫ਼ ਨੇ ਕਰਦੇ
ਬਦਲੇ 'ਚ ਸਵੱਛ ਹਵਾ ਨੇ ਘੱਲਦੇ
ਸੁੱਥਰਾ ਹੋ ਜਾਊ ਚਾਰ-ਚੁਫੇਰਾ
ਦੂਰ ਹੋ ਜਾਊ ਧੂੰਏਂ ਦਾ ਹਨੇਰਾ
ਫਿਰ ਸਾਫ਼-ਸੁੱਥਰੀ ਹਵਾ ਨੂੰ ਮਾਣਿਉ

ਫਿਰ ਸਿਹਤਮੰਦ ਫਿਜ਼ਾ ਨੂੰ ਮਾਣਿਉ
ਕਵਿਤਾ ਨਾਲ ਕੋਈ ਹੱਲ ਨਹੀਂ ਹੋਣਾ
ਨਿਰੀਆਂ ਗੱਲਾਂ ਨਾਲ ਕੋਈ ਹੱਲ ਨਹੀਂ ਹੋਣਾ
ਚਲੋ ਰੱਲ ਆਪਾਂ ਬੂਟੇ ਲੱਗਾਈਏ
ਹਵਾ ਨੂੰ ਸਾਫ਼ ਤੇ ਸੁੱਥਰਾ ਬਣਾਈਏ

15) ਧਰਤੀ ਦੀ ਪੁਕਾਰ

ਬ੍ਰਹਿਮੰਡ ਵਿੱਚ ਧਰਤੀ ਇਕ ਟਾਪੂ ਹੈ
ਲੱਗਦਾ ਅਮੀਬਾ ਹਰ ਜੀਵ ਦਾ ਬਾਪੂ ਹੈ
ਧਰਤੀ ਤਾਂ ਸੀ ਇਕ ਅੱਗ ਦਾ ਗੋਲਾ
ਗੈਸਾਂ ਸਨ ਤੇ ਸੀ ਭਾਂਬੜ ਦਾ ਰੋਲਾ
ਗੈਸਾਂ ਤੇ ਅੱਗ ਤੋਂ ਪਾਣੀ ਸੀ ਬਣਿਆ
ਫਿਰ ਪਾਣੀ 'ਚ ਪਹਿਲਾ ਪ੍ਰਾਣੀ ਸੀ ਬਣਿਆ
ਇਕ ਕੋਸ਼ਿਕਾ ਤੋਂ ਕਈ ਕੋਸ਼ਿਕਾਵਾਂ ਬਣੀਆਂ
ਵਿਕਾਸ ਦੀਆਂ ਕਈ ਆਸ਼ਾਵਾਂ ਬਣੀਆਂ
ਫਿਰ ਜਲ ਤੋਂ ਥਲ ਤੇ ਜੀਵਨ ਸੀ ਆਇਆ
ਬਨਸਪਤ ਤੇ ਜੀਵਾਂ ਨੂੰ ਪ੍ਰਕ੍ਰਿਤੀ ਨੇ ਸਜਾਇਆ
ਜੀਵਨ ਫਿਰ ਖ਼ੂਬ ਸੀ ਪ੍ਰਫੁੱਲਿਤ ਹੋਇਆ
ਜੀਵਾਂ ਤੇ ਆਧਾਰਿਤ ਹਰ ਜੀਵ ਸੀ ਹੋਇਆ

ਵਿਧਾਤਾ ਨੇ ਫਿਰ ਮਾਨਵ ਸੀ ਬਣਾਇਆ
ਜਿਸ ਕਈ ਜੀਵਾਂ ਦਾ ਨਾਮੋ-ਨਿਸ਼ਾਨ ਮਿਟਾਇਆ
ਰੁੱਖਾਂ ਨੂੰ ਉਸ ਨੇ ਐਸਾ ਹੈ ਵੱਢਿਆ
ਜੰਗਲਾਂ ਦਾ ਨਾਮੋ-ਨਿਸ਼ਾਨ ਨਾ ਛੱਡਿਆ
ਧਰਤੀ ਮੁੜ ਬਣ ਗਈ ਗੈਸਾਂ ਦਾ ਗੋਲਾ
ਗ੍ਰੀਨਹਾਊਸ ਗੈਸਾਂ ਦਾ ਹਰ ਤਰਫ਼ ਹੈ ਰੋਲਾ
ਧੁਰਿਆਂ ਤੋਂ ਬਰਫ਼ਾਂ ਖੁਰਦੀਆਂ ਜਾਉਂਦੀਆਂ
ਕੁਦਰਤੀ ਆਫ਼ਤਾਵਾਂ ਅੱਜਕਲ ਤਰਥੱਲੀ ਮਚਾਉਂਦੀਆਂ
ਹਾਲੇ ਵੀ ਬਹੁਤੀ ਦੇਰ ਨਹੀਂ ਹੋਈ
ਸੁੱਧਰ ਜਾਵੇ ਹਰ ਬੰਦਾ, ਹਰ ਕੋਈ
ਹਰ ਬੰਦਾ ਇਕ ਰੁੱਖ ਲਗਾਵੇ
ਧਰਤੀ ਨੂੰ ਫਿਰ ਤੋਂ ਹਰਿਆ ਬਣਾਵੇ
ਰੁੱਖ ਹੀ ਤਾਂ ਗੈਸਾਂ ਨੂੰ ਸਾਫ਼ ਨੇ ਕਰਦੇ
ਬਦਲੇ 'ਚ ਸਵੱਛ ਹਵਾ ਨੇ ਘੱਲਦੇ
ਆਉ ਸਾਰੇ ਰੱਲ ਰੁੱਖ ਲੱਗਾਈਏ
ਹਵਾਵਾਂ ਨੂੰ ਸਾਫ਼ ਤੇ ਸੁੱਥਰਾ ਬਣਾਈਏ
ਆਉ ਸਾਰੇ ਰੱਲ ਰੁੱਖ ਲੱਗਾਈਏ
ਫਿਜ਼ਾਵਾਂ ਨੂੰ ਜੀਊਣ ਜੋਗਾ ਬਣਾਈਏ

16) ਇਕ ਰੁੱਖ ਮੈਂ ਵੀ ਲਗਾਵਾਂਗਾ

ਇਕ ਰੁੱਖ ਮੈਂ ਵੀ ਲਗਾਵਾਂਗਾ

ਧਰਤੀ ਮਾਂ ਦਾ ਦਾਮਨ ਪਾਕ ਬਨਾਵਾਂਗਾ

ਤੱਪਦੀ ਧਰਤੀ ਅੱਗ ਵਰ੍ਹਾ ਅੰਬਰ

ਕੁੱਛ ਠੰਡ ਤਾਂ ਮੈਂ ਵੀ ਪਾਵਾਂਗਾ

ਇਕ ਰੁੱਖ ਮੈਂ ਵੀ ਲਗਾਵਾਂਗਾ

ਹਰ ਥਾਂ ਕੂੜਾ ਹਰ ਥਾਂ ਗੰਦਗੀ

ਕਰਾਂ ਕਿਵੇਂ ਮੈਂ ਤੇਰੀ ਬੰਦਗੀ

ਧਰਤੀ ਮਾਤਾ ਸਭ ਦੀ ਮਾਤਾ

ਝੋਲੀ ਚੋਂ ਗੰਦਗੀ ਚੱਕ ਦਿਖਾਵਾਂਗਾ

ਧਰਤੀ ਮਾਂ ਦਾ ਦਾਮਨ ਪਾਕ ਬਨਾਵਾਂਗਾ

ਇਕ ਰੁੱਖ ਮੈਂ ਵੀ ਲਗਾਵਾਂਗਾ

ਪਾਣੀ ਵਾਂਗ ਪਿਤਾ ਹੈ ਸਭ ਦਾ

ਬਾਣੀ ਕਹਿੰਦੀ ਫ਼ੁਰਮਾਨ ਹੈ ਰਬ ਦਾ

ਗੰਦਾ ਪਾਣੀ ਹੈ ਵਾਂਗ ਜ਼ਹਿਰ ਦੇ

ਪਾਣੀਆਂ ਚ ਜ਼ਹਿਰ ਨਾ ਕਦੇ ਮਿਲਾਵਾਂਗਾ

ਇਕ ਰੁੱਖ ਮੈਂ ਵੀ ਲਗਾਵਾਂਗਾ

ਧਰਤੀ ਮਾਂ ਦਾ ਦਾਮਨ ਪਾਕ ਬਨਾਵਾਂਗਾ

ਪਵਨ ਨੂੰ ਮੰਨਿਆ ਵਾਂਗ ਗੁਰੂ ਦੇ
ਲੇਖੇ ਲਿੱਖੇ ਸ੍ਰਿਸ਼ਟੀ ਦੇ ਸ਼ੁਰੂ ਦੇ
ਪਵਨ ਨੂੰ ਨਾ ਮੈਲਾ ਕਰੋ ਓ ਬੰਦਿਓ
ਗੁਰੂ ਦੀ ਬੰਦਗੀ ਕਰ ਦਿਖਾਵਾਂਗਾ
ਇਕ ਰੁੱਖ ਮੈਂ ਵੀ ਲਗਾਵਾਂਗਾ
ਧਰਤੀ ਮਾਂ ਦਾ ਦਾਮਨ ਪਾਕ ਬਨਾਵਾਂਗਾ

17) ਉੱਡ ਓਏ ਕਾਵਾਂ

ਉੱਡ ਓਏ ਕਾਵਾਂ, ਮੈਂ ਰੁੱਖ ਬਣ ਜਾਵਾਂ
ਵਾਤਾਵਰਨ ਹੈ ਗੰਧਲ਼ਾ ਹੋਇਆ
ਪੌਣਾਂ ਨੂੰ ਕੁੱਛ ਤਾਂ ਸਾਫ਼ ਬਣਾਵਾਂ
ਉੱਡ ਓਏ ਕਾਵਾਂ ....

ਨੀਲਾ ਅੰਬਰ, ਪੀਲੀ ਧਰਤੀ
ਬੰਦਿਆਂ ਨੇ ਭੌਂ ਹੈ ਮੈਲੀ ਕਰ ਤੀ
ਧਰਤੀ ਤੱਪਦੀ, ਅੰਬਰ ਵੀ ਤੱਪਦਾ
ਸਾਵੇ ਪੱਤਰਾਂ ਦੀ ਕੁੱਛ ਛਾਂ ਕਰ ਜਾਵਾਂ
ਉੱਡ ਉਏ ਕਾਵਾਂ ....

ਪਵਨ- ਪਾਣੀ ਹੈ ਮੈਲਾ ਹੋਇਆ

ਮਦਹੋਸ਼ ਜ਼ਮਾਨਾ ਸੁੱਤਾ ਹੋਇਆ

ਹਰ ਥਾਂ ਗੰਦਗੀ ਨਜ਼ਰ ਹੈ ਆਉਂਦੀ

ਵਾਤਾਵਰਨ ਨੂੰ ਕੁੱਛ ਕਰਾਂ ਸੁੱਖਾਵਾਂ

ਉੱਡ ਉਏ ਕਾਵਾਂ ....

ਸਾਹ ਲੈਣਾ ਵੀ ਔਖਾ ਹੋਇਆ

ਕਿਹੜਾ ਜੀਵ ਹੈ ਸੌਖਾ ਹੋਇਆ

ਗੱਡੀਆਂ ਦਾ ਧੂੰਆਂ ਨਾਸਾਂ ਨੂੰ ਸਾੜੇ

ਬਣ ਰੁੱਖ ਫ਼ਿਜ਼ਾਵਾਂ ਨੂੰ ਮਹਿਕਾਵਾਂ

ਉੱਡ ਉਏ ਕਾਵਾਂ ....

ਆਉ ਲਾਈਏ ਸਾਰੇ ਰੁੱਖ

ਹੋ ਜਾਊਗੇ ਦੂਰ ਬਥੇਰੇ ਦੁੱਖ

ਜੀਵ- ਜੰਤ ਸਭ ਰਲ ਕੇ ਵਸਣ

ਪੰਛੀ ਉੱਡਣ ਵਿੱਚ ਫ਼ਿਜ਼ਾਵਾਂ

ਉੱਡ ਉਏ ਕਾਵਾਂ, ਮੈਂ ਰੁੱਖ ਬਣ ਜਾਵਾਂ

ਉੱਡ ਉਏ ਕਾਵਾਂ ....

18) ਅੰਬੀ ਦਾ ਬੂਟਾ

ਜਿਹੜੇ ਰੁੱਖ ਦੀ ਛਾਵੇਂ ਬਹਿੰਦੇ ਸਾਂ
ਉਹ ਅੰਬੀ ਦਾ ਬੂਟਾ ਕਿੱਥੇ ਗਿਆ
ਪਾਈਆਂ ਸਨ ਅਸਾਂ ਜੋ ਪੀਂਘਾ
ਉਹ ਪੀਂਘਾ ਦਾ ਝੂਟਾ ਕਿੱਥੇ ਗਿਆ

ਉਹ ਭੁੰਜੇ ਰਲ ਮਿਲ ਬਹਿੰਦੇ ਸੀ
ਘੋਲਾਂ ਚ ਹੱਸ-ਹੱਸ ਖਹਿੰਦੇ ਸੀ
ਇੱਕ ਯਾਰ ਮੇਰਾ ਸੀ ਗੋਰਾ-ਚਿੱਟਾ
ਦੂਜਾ ਕਾਲਾ-ਕਲੂਟਾ ਕਿੱਥੇ ਗਿਆ
ਉਹ ਅੰਬੀ ਦਾ ਬੂਟਾ ਕਿੱਥੇ ਗਿਆ

ਬਾਂਟੇ ਖੇਲੇ ਵਿੱਚ ਕੱਚੀਆਂ ਖੁੱਤੀਆਂ
ਦੌੜਾਂ ਲਾਈਆਂ ਫੜ ਹੱਥੀਂ ਜੁੱਤੀਆਂ
ਛਾਲਾਂ ਮਾਰ ਜਾ ਚੜ੍ਹਦੇ ਸੀ
ਉਹ ਗੱਡੇ ਦਾ ਹੂਟਾ ਕਿੱਥੇ ਗਿਆ
ਉਹ ਅੰਬੀ ਦਾ ਬੂਟਾ ਕਿੱਥੇ ਗਿਆ

ਭੁਲਦਾ ਨਹੀਂ ਮੇਰੇ ਯਾਰ ਦਾ ਚੁਬਾਰਾ

ਕਾਸ਼ ਉਹ ਦਿਨ ਆ ਜਾਣ ਦੁਬਾਰਾ

ਗਲੀ ਮੇਰੀ ਚ ਸੀ ਵੱਖਰਾ ਨਜ਼ਾਰਾ

ਉਹ ਸੁਰਗਾਂ ਦਾ ਝੂਟਾ ਕਿੱਥੇ ਗਿਆ

ਉਹ ਅੰਬੀ ਦਾ ਬੂਟਾ ਕਿੱਥੇ ਗਿਆ

19) ਲੱਗਦਾ ਜ਼ਮਾਨਾ ਬੀਤ ਗਿਆ

ਚਿੜੀਆਂ ਦੀ ਚੂੰ-ਚੂੰ ਸੁਣਿਆਂ ਨੂੰ

ਲਗਦਾ ਜ਼ਮਾਨਾ ਬੀਤ ਗਿਆ

ਚਰਖੇ ਦੀ ਘੂੰ-ਘੂੰ ਸੁਣਿਆਂ ਨੂੰ

ਲਗਦਾ ਜ਼ਮਾਨਾ ਬੀਤ ਗਿਆ

ਅੱਜ-ਕੱਲ੍ਹ ਦੇ ਜ਼ਮਾਨੇ ਵਿੱਚ

ਟ੍ਰੈਫ਼ਿਕ ਦੇ ਖੱਪ-ਖ਼ਾਨੇ ਵਿੱਚ

ਬੋਲਦਾਂ ਦੀਆਂ ਟੱਲੀਆਂ ਸੁਣਿਆਂ ਨੂੰ

ਲਗਦਾ ਜ਼ਮਾਨਾ ਬੀਤ ਗਿਆ

ਭੀੜ ਦੇ ਵਿੱਚ ਹਰ ਕੋਈ ਗੁੰਮ ਹੈ

ਸ਼ੋਰ-ਸ਼ਰਾਬੇ 'ਚ ਦਿਮਾਗ਼ ਸੁੰਨ ਹੈ

ਅੰਤਰ-ਮੰਨ ਦੀ ਅਵਾਜ਼ ਸੁਣਿਆਂ ਨੂੰ
ਲਗਦਾ ਜ਼ਮਾਨਾ ਬੀਤ ਗਿਆ

ਕੰਕਰੀਟ ਦੇ ਜੰਗਲਾਂ ਵਿੱਚ ਹੈ ਵਾਸਾ
ਬੁੱਲੀਆਂ ਤੋਂ ਵੱਖ ਹੋਇਆ ਹੈ ਹਾਸਾ
ਹਾ-ਹਾ ਹਾਸਾ ਵਟਸੈਪ ਤੇ ਘਲਦੇ
ਠਹਾਕਿਆਂ ਦਾ ਜ਼ਮਾਨਾ ਬੀਤ ਗਿਆ

ਹਰ ਕੋਈ ਰੁੱਝਿਆ ਲੱਗਦਾ ਹੈ
ਸੈੱਲ-ਫ਼ੋਨ 'ਚ ਗੁਆਚਿਆ ਲੱਗਦਾ ਹੈ
ਹਵਾ ਦੇ ਬੁੱਲੇ ਖਾਣ ਦਾ
ਪਿੱਪਲ਼ਾਂ ਤੇ ਪੀਂਘਾਂ ਪਾਉਣ ਦਾ
ਲਗਦਾ ਜ਼ਮਾਨਾ ਬੀਤ ਗਿਆ.....

20) ਮੈਂ ਰੁੱਖ ਬਣ ਜਾਵਾਂ

ਜੀ ਕਰੇ ਮੈਂ ਰੁੱਖ ਬਣ ਜਾਵਾਂ
ਢੀਮਾਂ-ਪੱਥਰ ਲੱਖ ਕੋਈ ਮਾਰੇ
ਝੋਲੀਆਂ 'ਚ ਮਿੱਠੜੇ ਫ਼ਲ ਮੈਂ ਪਾਵਾਂ
ਸਿਖਰ ਦੁਪਹਿਰੇ ਤੱਪਦੀ ਧੁੱਪ 'ਚ
ਸਿਰਾਂ ਤੇ ਠੰਡੀ ਛਾਂ ਕਰ ਜਾਵਾਂ
ਜੀ ਕਰੇ ਮੈਂ ਰੁੱਖ ਬਣ ਜਾਵਾਂ

ਗੰਧ਼ਲੀ ਹਵਾ ਤੇ ਗੰਧਲਾ ਪਾਣੀ
ਗੁੰਮ ਗਈ ਚਾਟੀਆਂ ਵਾਲੀ ਮਧਾਣੀ
ਦੂਸ਼ਿਤ ਪੌਣਾਂ ਬੰਦਿਆਂ ਕੀਤੀਆਂ
ਧੂੰਏਂ ਤੋਂ ਸਵੱਛ ਹਵਾ ਬਣਾਵਾਂ
ਜੀ ਕਰੇ ਮੈਂ ਰੁੱਖ ਬਣ ਜਾਵਾਂ

ਮੱਚਿਆ ਦਵੰਧ ਚਾਰੋਂ ਤਰਫ਼
ਧੂੰਏਂ ਦੀ ਦੁਰਗੰਧ ਚਾਰੋਂ ਤਰਫ਼
ਸੌਂਧੀ ਤੇ ਸਵੱਛ ਸੁਗੰਧ ਦੇ ਨਾਲ
ਚੌਗਿਰਦੇ ਨੂੰ ਥੋੜ੍ਹਾ ਮਹਿਕਾਵਾਂ

ਜੀ ਕਰੇ ਮੈਂ ਰੁੱਖ ਬਣ ਜਾਵਾਂ

ਢੀਮਾਂ-ਪੱਥਰ ਲੱਖ ਕੋਈ ਮਾਰੇ

ਝੋਲੀਆਂ 'ਚ ਮਿੱਠੜੇ ਫ਼ਲ ਮੈਂ ਪਾਵਾਂ

ਜੀ ਕਰੇ ਮੈਂ ਰੁੱਖ ਬਣ ਜਾਵਾਂ.....

21) ਰੁੱਖਾਂ ਦਾ ਕਰਜ਼ਾ

ਬਹੁਤ ਕੁੱਛ ਮਿਲਦਾ ਹੈ ਰੁੱਖਾਂ ਤੋਂ
ਦੁੱਖ ਦੂਰ ਹੁੰਦੇ ਨੇ ਰੁੱਖਾਂ ਤੋਂ
ਰੁੱਖ ਤਾਜ਼ੀ ਹਵਾ ਨੇ ਦਿੰਦੇ
ਜੀਵਨ ਮਿਲਦਾ ਹੈ ਰੁੱਖਾਂ ਤੋਂ
ਅੰਬਰੋਂ ਨਿਰੀ ਅੱਗ ਹੈ ਵਰ੍ਹਦੀ
ਠੰਡੀ ਛਾਂ ਮਿਲਦੀ ਹੈ ਰੁੱਖਾਂ ਤੋਂ
ਧੂੰਏਂ ਨੇ ਹਵਾ ਹੈ ਗੰਧਲ਼ੀ ਕੀਤੀ
ਆਕਸੀਜਨ ਮਿਲਦੀ ਹੈ ਰੁੱਖਾਂ ਤੋਂ
ਇਨਸਾਨ ਨਿਰਾ ਗੰਦ ਨੇ ਪਾਉਂਦੇ
ਸਵੱਛਤਾ ਮਿਲਦੀ ਹੈ ਰੁੱਖਾਂ ਤੋਂ
ਧੂੰਆਂ, ਜੱਲ ਤੇ ਪ੍ਰਕਾਸ਼ ਦੇ ਮਿਸ਼ਰਨ ਤੋਂ
ਆਕਸੀਜਨ ਵੀ ਮਿਲਦੀ ਰੁੱਖਾਂ ਤੋਂ
ਫੋਟੋਸਿੰਥੇਸਿਸ ਇਸ ਨੂੰ ਕਹਿੰਦੇ
ਨਾਲ ਭੋਜਨ ਵੀ ਮਿਲਦਾ ਰੁੱਖਾਂ ਤੋਂ
ਨਿਰਮਾਣ ਦਾ ਅਧਾਰ ਵੀ ਰੁੱਖ ਬਣੇ
ਲੱਕੜ ਮਿਲਦੀ ਹੈ ਰੁੱਖਾਂ ਤੋਂ
ਜੀਅ-ਜੰਤ ਨੂੰ ਪਨਾਹ ਨੇ ਦਿੰਦੇ

ਜੀਵਨ ਮਿਲਦਾ ਹੈ ਰੁੱਖਾਂ ਤੋਂ

ਨਜ਼ਮਾਂ-ਗ਼ਜ਼ਲਾਂ ਦਾ ਅਧਾਰ ਬਣੇ

ਕਾਗ਼ਜ਼ ਵੀ ਮਿਲਦਾ ਰੁੱਖਾਂ ਤੋਂ

ਸਿਰ ਕਰਜ਼ਾ ਬੜਾ ਹੈ ਰੁੱਖਾਂ ਦਾ

ਸੁਆਸ ਮਿਲਦੇ ਨੇ ਸਾਨੂੰ ਰੁੱਖਾਂ ਤੋਂ

22) ਪੋਹ ਦੇ ਬੱਦਲ

ਕਿਸੇ ਦੇਸ ਤਾਂ ਬੱਦਲੀਆਂ ਵਾਲਾ

ਸਾਵਣ ਮੀਂਹ ਵਰ੍ਹਾਂਦਾ ਹੋਵੇਗਾ

ਕਿਸੇ ਦੇਸ ਤਾਂ ਪਿਆਸਾ ਪਪੀਹਾ

ਬੱਦਲਾਂ ਵਿੱਚੋਂ ਗਾਂਦਾ ਹੋਵੇਗਾ

ਮੇਰੇ ਦੇਸ ਤਾਂ ਧੂੰਏਂ ਦੀ ਧੁੰਦ

ਵਾਤਾਵਰਣ ਪ੍ਰੇਮੀ ਕੋਈ ਸੱਜਣ

ਕਰੁੰਬਲਾਂ ਜ਼ਰੂਰ ਲਗਾਂਦਾ ਹੋਵੇਗਾ

ਕਿਸੇ ਦੇਸ ਤਾਂ ਬੱਦਲੀਆਂ ਵਾਲਾ

ਸਾਵਣ ਮੀਂਹ ਵਰ੍ਹਾਂਦਾ ਹੋਵੇਗਾ

ਹੁਣ ਨਹੀਂ ਵਰ੍ਹਦੇ ਪੋਹ ਦੇ ਬੱਦਲ

ਸੱਤ ਸਮੁੰਦਰੋਂ ਪਾਰ ਪਰਵਾਸੀ

ਖੇਤ ਫਿਰ ਤੋਂ ਵਾਂਹਦਾ ਹੋਵੇਗਾ

ਨਹੀਂ ਬੋਲਦੀਆਂ ਬੋਲਦਾਂ ਦੀਆਂ ਟੱਲੀਆਂ

ਦੂਰ ਦੁਰਾਡੇ ਹਾਈ ਵੇਅ ਤੇ ਜ਼ਰੂਰ

ਟਰਾਲਾ ਕੋਈ ਚਲਾਂਦਾ ਹੋਵੇਗਾ

ਮੇਰੇ ਦੇਸ ਤਾਂ ਧੂੰਏਂ ਦੀ ਧੁੰਦ

ਵਾਤਾਵਰਣ ਪ੍ਰੇਮੀ ਕੋਈ ਸੱਜਣ

ਕਰੁੰਬਲਾਂ ਜ਼ਰੂਰ ਲਗਾਂਦਾ ਹੋਵੇਗਾ

23) ਗੰਧਲ਼ੀਆਂ ਹਵਾਵਾਂ

ਅੱਜਕਲ ਸੂਰਜ ਵੀ ਫਿੱਕਾ ਚੜ੍ਹਦਾ ਹੈ

ਹਵਾ 'ਚ ਧੂੰਆਂ ਤੇ ਨਿਰਾ ਗਰਦਾ ਹੈ

ਸਾਹ ਲੈਣਾ ਵੀ ਔਖਾ ਹੋਇਆ

ਬਿਮਾਰ ਹਰ ਬੰਦਾ ਲਗਦਾ ਹੈ

ਜੰਗਲ ਉਜਾੜੇ ਖ਼ੁਦਗ਼ਰਜ਼ਾਂ ਨੇ

ਖਮਿਆਜ਼ਾ ਹਰ ਕੋਈ ਭਰਦਾ ਹੈ

ਦਮੇਂ ਦਾ ਰੋਗ ਆਮ ਹੈ ਹੋਇਆ

ਬੰਦਾ ਦੱਸਣ ਤੋਂ ਵੀ ਡਰਦਾ ਹੈ

ਗੰਧਲ਼ਾਪਣ ਹੈ ਵੱਧਦਾ ਜਾਉਂਦਾ

ਕਿਉਂ ਬੰਦਾ ਨਹੀਂ ਤੋਬਾ ਕਰਦਾ ਹੈ

ਚਲੋ ਸਾਰੇ ਰੁੱਖ ਲਗਾਈਏ

ਪੱਤਾ-੨ ਹਵਾ ਸਵੱਛ ਕਰਦਾ ਹੈ

ਹਵਾ ਸੁਆਸਾਂ ਜੋਗੀ ਸਵੱਛ ਹੋ ਜਾਵੇ

'ਨਾਚੀਜ਼' ਇਹੋ ਦੁਆ ਕਰਦਾ ਹੈ

24) ਕਾਰਬਨ

ਮੈਂ ਹਾਂ ਕਾਰਬਨ..ਮੇਰਾ ਅਸਤਿਤਵ ਹੈ ਕਾਰਬਨ

ਮੈਂ ਹਾਂ ਅੱਗ ਦੇ ਗੋਲਿਆਂ ਦਾ ਜਾਇਆ...

ਮੈਂ ਤਾਰਿਆਂ ਦੇ ਢਿੱਡੋਂ ਹਾਂ ਜਾਇਆ....

ਰੱਚਣਹਾਰ ਨੇ ਜੰਗਲ ਸਨ ਉੱਗਾਏ

ਪੌਦਿਆਂ ਨੇ ਮੈਨੂੰ ਜਲ ਨਾਲ ਸੀ ਮਿਲਾਇਆ

ਪ੍ਰਕਾਸ਼ ਦੀ ਊਰਜਾ ਨਾਲ ਰਲਾ ਕੇ

ਮੈਨੂੰ ਖ਼ਲਾ 'ਚੋਂ ਭੋਜਨ ਵਿੱਚ ਸੀ ਪਹੁੰਚਾਇਆ

ਮੇਰੀ ਥਾਂ ਆਕਸੀਜਨ ਨੂੰ ਭੇਜ ਕੇ

ਜੰਗਲਾਂ ਨੇ ਹਵਾ ਨੂੰ ਸਾਫ਼ ਸੀ ਬਣਾਇਆ

ਫਿਰ ਰੱਚਣਹਾਰੇ ਨੇ ਮਾਨਵ ਸੀ ਰੱਚਿਆ

ਜਿਸ ਜੰਗਲਾਂ ਨੂੰ ਹੈ ਮਾਰ ਗਿਰਾਆਇਆ

ਲੱਕੜ ਨੂੰ ਸਾੜਿਆ ...ਕੋਲੇ ਨੂੰ ਸਾੜਿਆ

ਅਵਸ਼ੇਸ਼ਾਂ ਦਾ ਫਿਰ ਤੇਲ ਜਲਾਇਆ

ਮੈਂ ਤਾਂ ਸੀ ਕਾਰਬਨ...ਕਾਰਬਨ ਰਹਾਂਗਾ

ਮੈਨੂੰ ਵਾਪਸ ਫਿਰ ਹਵਾ 'ਚ ਪਹੁੰਚਾਇਆ

ਰੁੱਖ ਹੁੰਦੇ ਸਨ ਇਸ ਖ਼ਲਾ ਦੇ ਫੇਫੜੇ

ਖ਼ੁਦਗ਼ਰਜ਼ਾਂ ਨੇ ਰੁੱਖਾਂ ਨੂੰ ਜੜੋਂ ਮੁੱਕਾਇਆ

ਹੁਣ ਸਾਰੇ ਖੰਗਣ ...ਖ਼ੁਆਰ ਨੇ ਹੁੰਦੇ
ਮੈਨੂੰ ਵਾਪਿਸ ਹਵਾ ਦੇ ਵਿੱਚ ਪਹੁੰਚਾਇਆ
ਮੈਂ ਹਾਂ ਕਾਰਬਨ..ਮੇਰਾ ਅਸਤਿਤਵ ਹੈ ਕਾਰਬਨ
ਮੈਂ ਹਾਂ ਅੱਗ ਦੇ ਗੋਲਿਆਂ ਦਾ ਜਾਇਆ...
ਮੈਂ ਤਾਰਿਆਂ ਦੇ ਢਿੱਡੋਂ ਹਾਂ ਜਾਇਆ....

25) ਮਿਹਰਾਂ ਦਾ ਮੀਂਹ

ਸ਼ੁਕਰ ਖ਼ੁਦਾਇਆ-ਸ਼ੁਕਰ ਖ਼ੁਦਾਇਆ
ਮਿਹਰਾਂ ਦਾ ਤੁਸਾਂ ਮੀਂਹ ਵਰਸਾਇਆ
ਮੀਂਹ ਦੀਆਂ ਫੁਹਾਰਾਂ ਨੇ ਪਲਾਂ-ਛਿਣਾਂ 'ਚ
ਧੂੰਏਂ ਤੇ ਗਰਦ ਨੂੰ ਦੂਰ ਭੱਜਾਇਆ
ਫੁਹਾਰਾਂ ਖਿੱਲਰਦੀਆਂ ਨੇ ਸੁਹਣੀਆਂ
ਖੰਭਾਂ ਨੂੰ ਪਰਿੰਦਿਆਂ ਨੇ ਲਹਿਰਾਇਆ
ਠੰਡੀ ਹਵਾ ਚਿਹਰੇ ਨੂੰ ਹੈ ਛੂੰਹਦੀ
ਪੌਣਾਂ ਨੇ ਹੈ ਕੋਈ ਗੀਤ ਸੁਣਾਇਆ
ਲਗਾਵਾਂਗੇ ਕੁੱਛ ਤਾਂ ਰੁੱਖਾਂ ਦੇ ਬੂਟੇ
ਮਿੱਤਰਾਂ ਨੇ ਇਰਾਦਾ ਬਣਾਇਆ
ਸ਼ੁਕਰ ਖ਼ੁਦਾਇਆ-ਸ਼ੁਕਰ ਖ਼ੁਦਾਇਆ
ਮਿਹਰਾਂ ਦਾ ਤੁਸਾਂ ਮੀਂਹ ਵਰਸਾਇਆ

26) ਜ਼ਿੰਦਗੀ ਦੀ ਕਵਿਤਾ

'ਬ' ਬੱਚੇ ਤੇ 'ਬ' ਬੂਟੇ
ਦੋਨੋਂ ਹੀ ਜੀਅ ਜ਼ਰੂਰੀ ਨੇ
ਵਾਂਗ ਬੂਟਿਆਂ ਦੇ ਬੱਚੇ ਵੀ ਮੁਰਝਾਂਦੇ
ਦੋਨਾਂ ਦੀ ਸੰਭਾਲ ਜ਼ਰੂਰੀ ਹੈ

'ਪ' ਪੌਦੇ ਤੇ 'ਪ' ਪਾਣੀ
ਜੀਵਨ ਜਿਨ੍ਹਾਂ ਤੇ ਅਧਾਰ ਹੈ
ਪੌਦੇ ਸਾਹਾਂ ਨੂੰ ਜੀਵਨ ਦਿੰਦੇ
ਹਰ ਸੁਆਸ ਪੌਦਿਆਂ ਤੋਂ ਉਧਾਰ ਹੈ

'ਹ' ਹਵਾ ਤੇ 'ਹ' ਹਰਿਆਲੀ
ਧਰਤ ਸੁਹਾਵੇ ਸੰਗ ਹਰਿਆਲੀ
ਹਵਾ ਬਿੰਨਾ ਜੀਵਨ ਨਹੀਂ ਸੰਭਵ
ਹਰਿਆਲੀ ਬਿੰਨਾ ਹਵਾ ਵੀ ਖਾਲੀ

'ਜ' ਜਲ ਤੇ 'ਜ' ਜੀਵਨ
ਜਲ ਬਿੰਨਾ ਵੀ ਕਾਹਦਾ ਜੀਵਨ

ਉਤਪੰਨ ਜਲ 'ਚੋਂ ਜੀਵ ਨੇ ਹੋਏ
ਜਲ ਬਿੰਨਾ ਸੰਭਵ ਨਹੀਂ ਜੀਵਨ

'ਬ' ਬ੍ਰਿਖ ਤੇ 'ਬ' ਬਜ਼ੁਰਗ
ਇਨ੍ਹਾਂ ਦੀ ਸਿਰ ਤੇ ਛਾਂ ਸੁਖਦਾਈ ਹੈ
ਕੰਮਲਿਓ ਇਨ੍ਹਾਂ ਨੂੰ ਵਢਦੇ ਕਿਉ ਹੋ
ਇਨ੍ਹਾਂ ਬਾਝ ਜੀਵਨ ਦੁਖਦਾਈ ਹੈ ....

27) ਉਪਾਅ

ਗਲ-੨ ਤੇ ਨਾ ਜੋਤਸ਼ੀ ਕੋਲ ਜਾ
ਐਵੇਂ ਕੁੰਡਲੀ ਨਾ ਖੋਲ ਦਿਖਾ
ਹਰ ਕਿਸੇ ਨੂੰ ਔਕੜਾਂ ਬੜੀਆਂ
ਔਕੜਾਂ ਦਾ ਹੈ ਸਰਲ ਉਪਾਅ
ਸਾਹ ਲੈਣਾ ਵੀ ਔਖਾ ਹੋਇਆ
ਹਥੀਂ ਇਕ-ਦੋ ਬੂਟੇ ਲਗਾ
ਲੋਟਾ ਲੈ ਕੇ ਜਲ ਦਾ ਹੱਥ ਵਿੱਚ
ਬੂਟਿਆਂ ਨੂੰ ਤੂੰ ਜਲ ਚੜ੍ਹਾ
ਬੂਟੇ ਪਾਲ ਕੇ ਵੱਡੇ ਕਰ ਦੇਈਂ
ਲਾਗੇ ਨਾ ਲਗੂ ਕੋਈ ਵੀ ਬਲਾ
ਸ਼ੁਧ ਹਵਾ ਭਜਾਂਦੀ ਭੂਤਾਂ ਨੂੰ
ਗ੍ਰੰਥਾਂ 'ਚੋਂ ਆਂਦੀ ਇਹੋ ਸਦਾ
ਲੱਖ ਔਕੜਾਂ ਦਾ ਸਰਲ ਉਪਾਅ
ਬੂਟਿਆਂ ਨੂੰ ਤੂੰ ਜਲ ਚੜ੍ਹਾ

28) ਚਲ ਆਪਾਂ ਬੂਟੇ ਲੱਗਾਈਏ

ਚਲ ਆਪਾਂ ਬੂਟੇ ਲਗਾਈਏ

ਚੋਗਿਰਦਾ ਆਪਾਂ ਰਲ ਸਜਾਈਏ

ਹਰ ਥਾਂ ਗੰਦਗੀ ਨਜ਼ਰ ਹੈ ਆਉਂਦੀ

ਧਰਤ ਨੂੰ ਰਲ ਸਵਰਗ ਬਣਾਈਏ

ਚਲ ਆਪਾਂ ਬੂਟੇ ਲਗਾਈਏ

ਵਾਤਾਵਰਣ ਹੈ ਦੂਸ਼ਿਤ ਹੋਇਆ

ਪੌਣਾਂ ਨੂੰ ਫਿਰ ਸਵੱਛ ਬਣਾਈਏ

ਚਲ ਆਪਾਂ ਬੂਟੇ ਲਗਾਈਏ

ਧਰਤ ਸੁਹਾਵੇ ਸੰਗ ਹਰਿਆਲੀ

ਬੰਜਰਾਂ ਨੂੰ ਹਰਿਆ ਬਣਾਈਏ

ਚਲ ਆਪਾਂ ਬੂਟੇ ਲਗਾਈਏ

ਪੱਤੇ-੨ 'ਚ ਪਰਮੇਸ਼ਰ ਹੈ ਵਸਦਾ

ਮੰਦਿਰ ਵਾਂਗ ਚੁਗਿਰਦਾ ਸਜਾਈਏ

ਚਲ ਆਪਾਂ ਬੂਟੇ ਲਗਾਈਏ

ਆਕਸੀਜਨ ਬਨਸਪਤ ਬਣਾਂਦੀ

ਗੰਧਲੀ ਹਵਾ ਨੂੰ ਸਵੱਛ ਬਣਾਈਏ

ਚਲ ਆਪਾਂ ਬੂਟੇ ਲਗਾਈਏ

ਸਾਹ ਲੈਣਾ ਵੀ ਔਖਾ ਹੋਇਆ

ਚੋਗਿਰਦਾ ਜੀਉਣ ਜੋਗਾ ਬਣਾਈਏ

ਚਲ ਆਪਾਂ ਬੂਟੇ ਲਗਾਈਏ

ਜੀਉਣ ਜੋਗੀ ਹਵਾ ਵੀ ਨਹੀਂ ਰਹਿਣੀ

ਬੱਚਿਆਂ ਨੂੰ ਕੁੱਛ ਤਾਂ ਦੇ ਕੇ ਜਾਈਏ

ਚਲ ਆਪਾਂ ਬੂਟੇ ਲਗਾਈਏ

ਗੰਧਲੀ ਹਵਾ ਨੂੰ ਕੁੱਛ ਸਵੱਛ ਬਣਾਈਏ

ਚਲ ਆਪਾਂ ਬੂਟੇ ਲਗਾਈਏ

29) ਵਾਤਾਵਰਨ ਬਚਾਉ

ਵਾਤਾਵਰਨ ਬਚਾਉਣ ਦੇ ਤਰੀਕੇ
ਜੇ ਦੁਨੀਆਂ ਨਹੀਂ ਅਪਣਾਵੇਗੀ
ਬੱਕਰੇ ਦੀ ਮਾਂ ਆਖਰ
........ਕੱਦ ਤੱਕ ਖ਼ੈਰ ਮਨਾਵੇਗੀ

ਗਲੇਸ਼ੀਅਰਾਂ ਦੀਆਂ ਬਰਫ਼ਾਂ ਖੁਰ ਰਹੀਆਂ ਨੇ
ਧੁਰਿਆਂ ਦੀਆਂ ਚਟਾਨਾਂ ਭੁਰ ਰਹੀਆਂ ਨੇ
ਸਮੁੰਦਰਾਂ ਦੇ ਪਾਣੀ ਉੱਚੇ ਹੋ ਜਾਣੇ
ਆਏ ਦਿਨ ਸੁਨਾਮੀ ਆਵੇਗੀ
ਬੱਕਰੇ ਦੀ ਮਾਂ ਆਖਰ
........ਕੱਦ ਤੱਕ ਖ਼ੈਰ ਮਨਾਵੇਗੀ

ਅੰਨੇ ਵਾਹ ਅਸਾਂ ਜੰਗਲ ਨੇ ਕੱਟੇ
ਆਪਣੇ ਲਈ ਹੀ ਅਸਾਂ ਟੋਏ ਨੇ ਪੁੱਟੇ
ਗੰਧਲ਼ੀ ਜ਼ਹਿਰੀਲੀ ਹਵਾ ਦੇ ਕਾਰਨ
ਹਰ ਦੂਜੇ ਬੰਦੇ ਨੂੰ ਬਿਮਾਰੀ ਸਤਾਵੇਗੀ
ਬੱਕਰੇ ਦੀ ਮਾਂ ਆਖਰ

........ਕੱਦ ਤੱਕ ਖ਼ੈਰ ਮਨਾਵੇਗੀ

ਧਰਤੀ ਹੇਠਲਾ ਪਾਣੀ ਲਹਿੰਦਾ ਪਿਆ ਹੈ

ਹਰ ਖ਼ਬਰਨਾਮਾ ਇਹੋ ਕਹਿੰਦਾ ਪਿਆ ਹੈ

ਉੱਪਜਾਊ ਧਰਤ ਨੇ ਮਾਰੂਥੱਲ ਹੋ ਜਾਣਾ

ਗਰੀਬੀ ਤੇ ਭੁੱਖਮਰੀ ਇੰਜ ਆ ਜਾਵੇਗੀ

ਬੱਕਰੇ ਦੀ ਮਾਂ ਆਖਰ

........ਕੱਦ ਤੱਕ ਖ਼ੈਰ ਮਨਾਵੇਗੀ

ਆਉ ਅਸੀਂ ਜਲ ਨੂੰ ਬਚਾਈਏ

ਸਾਰੇ ਰੱਲ-ਮਿੱਲ ਪੌਦੇ ਲੱਗਾਈਏ

ਗੰਧਲ਼ੀ ਹਵਾ ਵੀ ਸਵੱਛ ਹੋਵੇਗੀ

ਨਹੀਂ ਤਾਂ ਤਬਾਹੀ ਆਵੇਗੀ

ਬੱਕਰੇ ਦੀ ਮਾਂ ਆਖਰ

........ਕੱਦ ਤੱਕ ਖ਼ੈਰ ਮਨਾਵੇਗੀ

ਵਾਤਾਵਰਨ ਬਚਾਉਣ ਦੇ ਤਰੀਕੇ

ਜੇ ਦੁਨੀਆਂ ਨਹੀਂ ਅਪਣਾਵੇਗੀ

ਬੱਕਰੇ ਦੀ ਮਾਂ ਆਖਰ

........ਕੱਦ ਤੱਕ ਖ਼ੈਰ ਮਨਾਵੇਗੀ

30) ਗ਼ਜ਼ਲ

ਚਲੋ ਆਪਾਂ ਰਲ ਕੇ ਜਗ੍ਹਾ-ਜਗ੍ਹਾ ਤੇ ਰੁੱਖ ਲਗਾ ਦਈਏ
ਤੱਪਦੇ ਰਾਹਾਂ ਉੱਤੇ ਸਿਰਾਂ ਤੇ ਠੰਡੀ ਛਾਂ ਫਿਰਾ ਦਈਏ

ਪੰਜਾਬ ਨਾ ਬਣ ਜਾਏ ਕਿਤੇ ਮਾਰੂਥੱਲ ਓ ਸੁਣ ਲਉ
ਵੱਸ ਚਲੇ ਤਾਂ ਬੰਜਰਾਂ ਨੂੰ ਵੀ ਨਖ਼ਲਿਸਤਾਨ ਬਣਾ ਦਈਏ

ਚਿੜੀਆਂ ਵੀ ਖ਼ਬਰੇ ਅੱਜ-ਕੱਲ ਕਿੱਥੇ ਅਲੋਪ ਹੋ ਗਈਆਂ ਨੇ
ਚਿੜੀਆਂ ਦੇ ਗਾਣੇ ਬੱਚਿਆਂ ਨੂੰ ਮੁੜ ਤੋਂ ਰੱਲ ਸੁਣਾ ਦਈਏ

ਘਰੇਲੂ ਚਿੜੀਆਂ ਦੇ ਚਿੱਤਰ ਸਿਰਫ਼ ਕਿਤਾਬਾਂ ਜੋਗੇ ਰਹਿ ਗਏ
ਚਿੜੀਆਂ ਦੇ ਚੰਬੇ ਮੁੜ ਤੋਂ ਆਪਾਂ ਵਿਹੜਿਆਂ 'ਚ ਸਜਾ ਦਈਏ

ਮੁਟਿਆਰਾਂ ਅੱਜ-ਕੱਲ ਰੱਲ-ਮਿਲ ਗੀਤ ਨਹੀਂ ਹੁਣ ਗਾਉਂਦੀਆਂ
ਅੰਬਾਂ ਦੀਆਂ ਡਾਲੀਆਂ ਉੱਤੇ ਮੁੜ ਤੋਂ ਪੀਂਘਾ ਫਿਰ ਪੁਆ ਦੇਈਏ

ਗੁੰਮ ਗਏ ਕਿੱਥੇ ਸੰਘਣੇ ਅੰਬਾਂ ਦੇ ਹਰੇ-ਭਰੇ ਓ ਰੁੱਖੜੇ

ਸੱਥਾਂ ਵਿੱਚ ਪਿੱਪਲ਼ਾਂ ਦੀ ਮੁੜ ਤੋਂ ਠੰਡੀ ਛਾਂ ਫਿਰਾ ਦਈਏ

ਨਹੀਂ ਰਹੀ ਓ ਸਾਫ਼ ਸੁੱਥਰੀ ਸਾਹ ਲੈਣ ਜੋਗੀ ਵੀ ਹਵਾ ਕਿੱਧਰੇ
ਰੁੱਖ ਲਗਾ ਕੇ ਫਿਜ਼ਾਵਾਂ ਨੂੰ ਫ਼ਿਰ ਤੋਂ ਸਾਫ਼-ਸੁੱਥਰਾ ਬਣਾ ਦੇਈਏ

ਚਲੋ ਆਪਾਂ ਰਲ ਕੇ ਜਗ੍ਹਾ-ਜਗ੍ਹਾ ਤੇ ਰੁੱਖ ਲਗਾ ਦਈਏ
ਤੱਪਦੇ ਰਾਹਾਂ ਉੱਤੇ ਸਿਰਾਂ ਤੇ ਠੰਡੀ ਛਾਂ ਫਿਰਾ ਦਈਏ

31) ਸਾਵਨ

ਇਸ ਸਾਵਨ 'ਚ ਚਲੋ ਬੂਟੇ ਲੱਗਾਈਏ

ਚੌਗਿਰਦਾ ਥੋੜ੍ਹਾ ਸੁਹਿਰਦ ਬਣਾਈਏ

ਗਰਮੀ 'ਚ ਸਹਿਕਦੇ ਜੀਵਨ ਨੂੰ

ਥੋੜ੍ਹੀ ਜਹੀ ਰਾਹਤ ਦਿਵਾਈਏ

ਸੁੱਕਦੀ ਤੇ ਤਿੜਕਦੀ ਧਰਤ ਦੀ ਹਿੱਕ ਤੇ

ਛੋਟਾ ਜਿਹਾ ਨਖ਼ਲਿਸਤਾਨ ਬਣਾਈਏ

ਤੱਪਦੇ ਬਲਦੇ ਰਾਹਾਂ ਦੇ ਕੰਢੇ

ਸਿਰਾਂ 'ਤੇ ਠੰਡੀ ਛਾਂ ਫਿਰਾਹੀਏ

ਲਹਿੰਦਾ-੨ ਪਾਣੀ ਹੈ ਲਹਿ ਗਿਆ

ਧਰਤੀ ਮਾਂ ਦੀ ਥੋੜ੍ਹੀ ਪਿਆਸ ਬੁੱਝਾਈਏ

ਸੀਤਲ ਕਰੀਏ ਥੋੜ੍ਹਾ ਫਿਜ਼ਾਵਾਂ ਨੂੰ

ਸਾਹ ਲੈਣਾ ਸੋਖਾ ਬਣਾਈਏ

ਪਵਨ ਬਥੇਰੀ ਅਸਾਂ ਦੂਸ਼ਿਤ ਹੈ ਕਰਤੀ

ਪੌਣਾਂ ਨੂੰ ਥੋੜ੍ਹਾ ਸਵੱਛ ਕਰ ਦਿੱਖਾਈਏ

ਸੁੱਕਦੀ ਤੇ ਤਿੜਕਦੀ ਧਰਤ ਦੀ ਹਿੱਕ ਤੇ

ਛੋਟਾ ਜਿਹਾ ਨਖ਼ਲਿਸਤਾਨ ਬਣਾਈਏ

ਇਸ ਸਾਵਨ 'ਚ ਚਲੋ ਬੂਟੇ ਲੱਗਾਈਏ

32) ਕਮਰ ਕੱਸੇ

ਕਮਰ ਕੱਸੇ ਸਾਰੇ ਹੁਣ ਕੱਸ ਲਉ
ਬੂਟੇ ਹੱਥਾਂ ਦੇ ਵਿੱਚ ਸਭ ਚੱਕ ਲਉ
ਬਰਸਾਤਾਂ ਸ਼ੁਰੂ ਹੋਣ ਨੇ ਲੱਗੀਆਂ
ਗਿਟਕਾਂ ਮਿੱਟੀ ਦੇ ਵਿੱਚ ਦੱਬ ਲਉ
ਕੱਢ ਕੇ ਖੁੱਤੀਆਂ ਵਿੱਚ ਧਰਤ ਦੀ ਹਿੱਕ ਦੇ
ਪਨੀਰੀਆਂ ਰੁੱਖਾਂ ਦੀਆਂ ਇੰਨਾਂ ਵਿੱਚ ਰੱਖ ਦਉ
ਕਰ ਦਿਉ ਉਜਾੜਾਂ ਨੂੰ ਵੀ ਹਰਿਆ
ਸਾਰੇ ਜੱਗ ਦੇ ਪੁੰਨ ਰੱਲ ਖੱਟ ਲਉ
ਕਮਰ ਕੱਸੇ ਸਾਰੇ ਹੁਣ ਕੱਸ ਲਉ....

33) ਖ਼ੁਆਹਿਸ਼

ਮੈਂ ਧਰਤੀ ਦੀ ਹਰਿਆਲੀ ਹਾਂ ਮੰਗਦਾ
ਹਰ ਘਰ ਦੀ ਖੁਸ਼ਹਾਲੀ ਹਾਂ ਮੰਗਦਾ
ਸੁੱਥਰੀ ਆਬੋ-ਹਵਾ ਹਾਂ ਮੰਗਦਾ
ਸਾਫ਼ ਜਹੀ ਫ਼ਿਜ਼ਾ ਹਾਂ ਮੰਗਦਾ
ਚਿੜੀਆਂ ਦੇ ਫਿਰ ਤੋਂ ਗਾਣੇ ਹਾਂ ਮੰਗਦਾ
ਉਹ ਸੁਹਣੇ- ਸੁਨਹਿਰੇ ਦਾਣੇ ਹਾਂ ਮੰਗਦਾ

ਰਸਾਇਣਾਂ ਤੋਂ ਰਹਿਤ ਉਹ ਖੇਤ ਹਾਂ ਮੰਗਦਾ

ਕੈਂਸਰ ਰਹਿਤ ਉਹ ਸਿਹਤ ਹਾਂ ਮੰਗਦਾ

ਉਹ ਸਾਫ਼-ਸੁੱਥਰੇ ਹਾਂ ਪਾਣੀ ਮੰਗਦਾ

ਚਾਟੀ 'ਚ ਫਿਰ ਤੋਂ ਮਧਾਣੀ ਹਾਂ ਮੰਗਦਾ

ਲਵੇਰਿਆਂ ਦਾ ਫਿਰ ਤੋਂ ਦੁੱਧ ਹਾਂ ਮੰਗਦਾ

ਵਾਤਾਵਰਨ ਫਿਰ ਤੋਂ ਸ਼ੁੱਧ ਹਾਂ ਮੰਗਦਾ

ਅੰਮ੍ਰਿਤ- ਮਾਖਿਉਂ ਬਾਣੀ ਹਾਂ ਮੰਗਦਾ

ਵਕਤ ਦੀ ਫਿਰ ਤੋਂ ਕਹਾਣੀ ਹਾਂ ਮੰਗਦਾ

ਕੁੱਛ ਪਲ ਫਿਰ ਉਧਾਰੇ ਹਾਂ ਮੰਗਦਾ

ਬੀਤੇ ਸਮੇਂ ਦੇ ਨਜ਼ਾਰੇ ਹਾਂ ਮੰਗਦਾ

ਉਹ ਹਰੇ-ਭਰੇ ਦਰਖਤ ਹਾਂ ਮੰਗਦਾ

ਉਹ ਬਚਪਨ ਵਾਲਾ ਵਕਤ ਹਾਂ ਮੰਗਦਾ

ਐਸੀ ਮੈਂ ਜਵਾਨੀ ਹਾਂ ਮੰਗਦਾ

ਰੱਬ ਦਾ ਡਰ ਦਿਲਾਂ ਚ ਹੋਵੇ

ਅਮ੍ਰਿਤ-ਮਾਖਿਉਂ ਬਾਣੀ ਹਾਂ ਮੰਗਦਾ

34) ਚਿੜੀਆਂ ਹਾਲੇ ਵੀ ਵਸਦੀਆਂ ਨੇ

ਚਿੜੀਆਂ ਹਾਲੇ ਵੀ ਵੱਸਦੀਆਂ ਨੇ.........

ਰੱਲ ਬੋਲਦੀਆਂ ਤੇ ਸ਼ਾਇਦ ਹੱਸਦੀਆਂ ਨੇ

ਕਿਤੇ ਕਤਾਈਂ ਦੂਰ ਦੁਰਾਡੇ

ਵੇੜ੍ਹਿਆਂ 'ਚ ਲੱਗੇ ਦਰੱਖਤਾਂ ਉੱਤੇ

ਚਿੜ-੨ ਕਰਦੀਆਂ ਫੁਦੱਕਦੀਆਂ ਨੇ

ਰੱਲ ਬੋਲਦੀਆਂ ਤੇ ਸ਼ਾਇਦ ਹੱਸਦੀਆਂ ਨੇ

ਚਿੜੀਆਂ ਹਾਲੇ ਵੀ ਵੱਸਦੀਆਂ ਨੇ.........

ਸ਼ਹਿਰਾਂ ਵਿੱਚ ਹੁਣ ਨਜ਼ਰ ਨਹੀਂ ਆਉਂਦੀਆਂ

ਦੂਰ ਦੁਰਾਡੇ ਪਿੰਡਾਂ ਦੇ ਵਿੱਚ

ਹਾਲੇ ਵੀ ਕੋਈ ਗੀਤ ਸੁਣਾਉਂਦੀਆਂ

ਸਵੇਰ-ਸ਼ਾਮ ਟਾਹਣੀਆਂ ਉੱਤੇ

ਨੱਚਦੀਆਂ ਉੱਡਦੀਆਂ ਤੇ ਟੱਪਦੀਆਂ ਨੇ

ਰੱਲ ਬੋਲਦੀਆਂ ਤੇ ਸ਼ਾਇਦ ਹੱਸਦੀਆਂ ਨੇ

ਚਿੜੀਆਂ ਹਾਲੇ ਵੀ ਵੱਸਦੀਆਂ ਨੇ.........

ਚਿੜੀਆਂ ਵਿੱਚਾਰੀਆਂ ਕਿੱਥੇ ਵੱਸਣ

ਮਸ਼ੀਨੀ ਯੁੱਗ ਵਿੱਚ ਮਸ਼ੀਨਾਂ ਨੱਸਣ
ਮਸ਼ੀਨੀ ਬੰਦੇ ਤੇ ਮਸ਼ੀਨੀ ਹਾਸੇ
ਟਾਵਰ ਦਿੱਖਦੇ ਚਾਰੇ ਪਾਸੇ
ਕੁੱਖ ਉਜਾੜਨ....ਨਿੱਤ ਰੁੱਖ ਉਜਾੜਨ
ਉੱਡੀਆਂ ਚਿੜੀਆਂ ....ਰੁੱਸੀਆਂ ਚਿੜੀਆਂ
ਵੱਕਤ-ਬੇਵੱਕਤੇ ਉੱਡੀਆਂ ਚਿੜੀਆਂ....
ਪਰ ਹਾਲੇ ਵੀ ਕਿਤੇ ਦੂਰ ਦੁਰਾਡੇ
ਵੇੜ੍ਹਿਆਂ 'ਚ ਲੱਗੇ ਦਰੱਖਤਾਂ ਉੱਤੇ
ਚਿੜ-੨ ਕਰਦੀਆਂ ਫੁਦੱਕਦੀਆਂ ਨੇ
ਰਲ ਬੋਲਦੀਆਂ ਤੇ ਸ਼ਾਇਦ ਹੱਸਦੀਆਂ ਨੇ
ਚਿੜੀਆਂ ਹਾਲੇ ਵੀ ਵੱਸਦੀਆਂ ਨੇ.........

ਆਉ ਕੁਦਰਤ ਦਾ ਸਤਿਕਾਰ ਅਸੀਂ ਕਰੀਏ
ਜੀਅ-ਜੰਤ ਤੇ ਬਨਸਪਤ ਨੂੰ
ਰੱਜ-੨ ਕੇ ਪਿਆਰ ਅਸੀਂ ਕਰੀਏ
ਰੱਲ ਮਿਲ ਕੇ ਚਿੜੀਆਂ ਵੀ ਵੱਸਣ
ਗੀਤ ਗਾਉਣ ਤੇ ਵਿਹੜਿਆਂ ਦੇ ਖੇੜੇ
ਕੁੜੀਆਂ-ਚਿੜੀਆਂ ਖਿੱਲ-੨ ਹੱਸਣ
ਕਿਤੇ ਕਤਾਈਂ ਦੂਰ ਦੁਰਾਡੇ

ਵੇੜ੍ਹਿਆਂ 'ਚ ਲੱਗੇ ਦਰੱਖਤਾਂ ਉੱਤੇ
ਚਿੜ-੨ ਕਰਦੀਆਂ ਫੁਦੱਕਦੀਆਂ ਨੇ
ਰਲ ਬੋਲਦੀਆਂ ਤੇ ਸ਼ਾਇਦ ਹੱਸਦੀਆਂ ਨੇ
ਚਿੜੀਆਂ ਹਾਲੇ ਵੀ ਵੱਸਦੀਆਂ ਨੇ........

35) ਦੁਪਹਿਰ-ਖਿੜੀ ਦੇ ਫੁੱਲ

ਵਕਤ ਨਾਲ ਪਰਛਾਵਿਆਂ ਨੇ ਢੱਲ ਜਾਣਾ
ਦੁਪਹਿਰ-ਖਿੜੀ ਦੇ ਫੁੱਲਾਂ ਵਾਂਗੂੰ
ਜੋਬਨ ਰੁੱਤ ਨੂੰ ਪਲਾਂ 'ਚ ਹੰਡਾਣਾ
ਸਵੇਰੇ-੨ ਖਿੜੇ ਮੱਥੇ ਖਿੜਨਾ
ਦਿਨ ਢੱਲਿਆਂ ਹੈ ਮੁਰਝਾਣਾ
ਹਾਲੇ ਤਾਂ ਅੱਜ ਤੇ ਕੱਲ ਹੰਡਾਇਆ
ਪਤਾ ਨਹੀਂ ਕੱਦ ਮਰ ਜਾਣਾ
ਮਿੱਟੀ ਦੀ ਉੱਪਜ ਨੇ ਮਿੱਟੀ 'ਚ ਰਲਣਾ
ਬੀਤੇ ਯੁੱਗ ਦਾ ਪੱਥਰ ਹੋ ਜਾਣਾ
ਐਵੇਂ ਧਰਤ ਨੂੰ ਮੱਲ ਕੇ ਹਾਂ ਬੈਠੇ
ਲੱਗਾ ਰਹਿਣਾ ਆਣਾ ਤੇ ਜਾਣਾ
ਸੁਪਨਿਆਂ ਤੇ ਪਰਛਾਵਿਆਂ ਦੀ ਕਹਾਣੀ
ਵਕਤ ਦੇ ਨਾਲ ਪਰਛਾਵਿਆਂ ਨੇ ਢੱਲ ਜਾਣਾ
ਦੁਪਹਿਰ-ਖਿੜੀ ਦੇ ਫੁੱਲਾਂ ਵਾਂਗੂੰ
ਜੋਬਨ ਰੁੱਤ ਨੂੰ ਪਲਾਂ 'ਚ ਹੰਡਾਣਾ

36) ਲੇਖਕ

ਲੇਖਕ ਤਾਂ ਸੰਵੇਦਨਸ਼ੀਲ ਨੇ ਹੁੰਦੇ
ਜਾਗੀ ਜਗਿਆਸਾ ਦੇ ਕੀਲ ਨੇ ਹੁੰਦੇ
ਜਗਿਆਸਾ ਦੀ ਜਾਗ ਦਿਲ ਨੂੰ ਹੈ ਲਗਦੀ
ਤਾਹੀਂਉ ਤਾਂ ਤਰਕਸ਼ੀਲ ਨੇ ਹੁੰਦੇ
ਲੇਖਕ ਤਾਂ ਸੰਵੇਦਨਸ਼ੀਲ ਨੇ ਹੁੰਦੇ
ਦਿਲ ਦੇ ਸਮੁੰਦਰਾਂ 'ਚ ਮਾਰ ਕੇ ਚੁੱਭੀ
ਮੋਤੀ ਕੱਢਣ ਨੂੰ ਯਤਨਸ਼ੀਲ ਨੇ ਹੁੰਦੇ
ਲੇਖਕ ਤਾਂ ਸੰਵੇਦਨਸ਼ੀਲ ਨੇ ਹੁੰਦੇ
ਬਿਰਹੋਂ 'ਚੋਂ ਵੀ ਮੋਤੀ ਲੱਭ ਲਿਆਂਦੇ
ਬਿਰਹਾ 'ਚ ਵੀ ਪ੍ਰਗਤੀਸ਼ੀਲ ਨੇ ਹੁੰਦੇ
ਲੇਖਕ ਤਾਂ ਸੰਵੇਦਨਸ਼ੀਲ ਨੇ ਹੁੰਦੇ
ਅੱਖਰਵਾਦੀ ਤੇ ਯਥਾਰਥਵਾਦੀ
ਸ਼ਬਦਾਂ 'ਚ ਪ੍ਰਗਤੀਸ਼ੀਲ ਨੇ ਹੁੰਦੇ
ਲੇਖਕ ਤਾਂ ਸੰਵੇਦਨਸ਼ੀਲ ਨੇ ਹੁੰਦੇ
ਜਾਗੀ ਜਗਿਆਸਾ ਦੇ ਕੀਲ ਨੇ ਹੁੰਦੇ

37) ਜ਼ਿੰਦਗੀ ਦਾ ਅਰਥ-ਸ਼ਾਸਤਰ

ਜਮਾਂ-ਘਟਾਓ ਦੀਆਂ ਰਕਮਾਂ ਸਿਖੀਆਂ

ਰਜਿਸਟਰ-ਕਾਪੀਆਂ ਭਰ-੨ ਲਿੱਖੀਆਂ

ਹੁਣ ਆ ਗਿਆ ਮੈਨੂੰ ਜਮਾਂ-ਘਟਾਓ

ਹਾਸਿਆਂ ਵਿਚ ਖੁਸ਼ੀਆਂ ਜਮਾਂ ਕਰ ਦਿਉ

ਦੁਖਾਂ ਵਿਚੋਂ ਹੰਝੂ ਥੋੜ੍ਹੇ ਘਟਾਉ

ਤਕਸੀਮ ਕਰੋ ਖੁਸ਼ੀਆਂ ਸਾਰਿਆਂ ਵਿਚ

ਜ਼ਰਬ ਕਰੋ ਤੇ ਹੋਰ ਮੁਸਕਰਾਉ

ਨਾਮੋਸ਼ੀਆਂ ਨੂੰ ਥੋੜਾ ਮਨਫੀ ਕਰ ਕੇ

ਖਾਮੋਸ਼ੀਆਂ ਨੂੰ ਥੋੜਾ ਘਟਾਉ

ਨਫਰਤ ਵਿਚੋਂ ਕ੍ਰੋਧ ਮਾਈਨਸ ਕਰ ਕੇ

ਜੈਲਸੀ ਨੂੰ ਉੱਕਾ ਮਾਰ ਮੁਕਾਉ

ਦੁੱਖਾਂ 'ਚ ਕਲੇਸ਼ ਨਾ ਜਮਾਂ ਕਰੋ ਕਦੇ

ਮਾਨਸਿਕ ਦੁਬਿਧਾ ਨੂੰ ਨਾਂ ਵਧਾਉ

ਉਮੰਗ 'ਚ ਤਰੰਗ ਨੂੰ ਜਮਾਂ ਕਰ ਕੇ

ਦੁਖ 'ਚ ਵੀ ਥੋੜਾ ਜ਼ਰੂਰ ਮੁਸਕਰਾਉ

ਜੀਵਨ ਦਾ ਇਹੋ ਜਮਾਂ-ਘਟਾਉ....

38) ਦੁਨੀਆਂ ਦੌੜ-ਦੌੜ ਕੇ ਹਾਰੀ

ਦੁਨੀਆਂ ਦੌੜ-ਦੌੜ ਕੇ ਹਾਰੀ

ਆਪਾਂ ਵੀ ਕੋਈ ਦੌੜ ਲਗਾਈਏ

ਨਫਰਤ ਤੋਂ ਆਪਾਂ ਦੂਰ ਦੌੜੀਏ

ਐਸਾ ਕੋਈ ਮੰਜ਼ਿਰ ਬਣਾਈਏ

ਦੂਜਿਆਂ ਤੋਂ ਸੜਨਾ ਮਾੜੀ ਗਲ ਹੈ

ਜੈਲਸੀ ਨੂੰ ਅਸੀਂ ਸਾੜ ਦਿਖਾਈਏ

ਗੁਸਾ ਤੇ ਜ਼ਿਦ ਨੇ ਘੁਣ ਦੇ ਭਾਂਤੀ

ਘੁਣ ਨੂੰ ਅਸੀਂ ਦੂਰ ਭਜਾਈਏ

ਦੁਨੀਆਂ ਦੌੜ-ਦੌੜ ਕੇ ਹਾਰੀ

ਆਪਾਂ ਵੀ ਕੋਈ ਦੌੜ ਲਗਾਈਏ

ਨਫਰਤ ਤੋਂ ਆਪਾਂ ਦੂਰ ਦੌੜੀਏ

ਐਸਾ ਕੋਈ ਮੰਜ਼ਿਰ ਬਣਾਈਏ....

39) ਹਾਲੇ ਕੱਲ ਹੀ ਤਾਂ ਮੈਂ ਜੰਮਿਆ ਸਾਂ

ਹਾਲੇ ਕਲ ਹੀ ਤਾਂ ਮੈਂ ਜੰਮਿਆ ਸਾਂ
ਉਮਰ ਦੇ ਚੰਦ ਸਾਲ ਨੇ ਗੁਜ਼ਰੇ
ਗੁਜ਼ਰਦਿਆਂ-੨ ਕਈ ਕਾਲ ਨੇ ਗੁਜ਼ਰੇ
ਹਾਲੇ ਕਲ ਹੀ ਤਾਂ ਮੈਂ ਜੰਮਿਆ ਸਾਂ
ਹਾਲੇ ਕਲ ਹੀ ਤਾਂ ਮੈਂ ਇਕ ਤਾਰਾ ਸਾਂ
ਟਿਮ-ਟਮਾਂਦਾ ਬੜਾ ਹੀ ਪਿਆਰਾ ਸਾਂ
ਖ਼ਲਾ ਦੀ ਖਾਲੀ ਚਾਦਰ ਕਾਲੀ
ਚੰਦ ਯੁੱਗਾਂ ਦਾ ਮੈਂ ਨਜ਼ਾਰਾ ਸਾਂ
ਗੁਜ਼ਰਦਿਆਂ-੨ ਕਈ ਕਾਲ ਨੇ ਗੁਜ਼ਰੇ
ਉਮਰ ਦੇ ਚੰਦ ਸਾਲ ਨੇ ਗੁਜ਼ਰੇ
ਮੈਂ ਸੂਰਜ ਦੀਆਂ ਕਿਰਨਾਂ ਤੋਂ ਚਲਿਆ
ਫਿਰ ਮਿੱਟੀ ਵਿਚ ਮਿੱਟੀ ਹੋ ਰਲਿਆ
ਕਈ ਵਾਰ ਮਿੱਟੀ 'ਚੋਂ ਉਪਜਿਆ
ਮਿੱਟੀਉ ਮਿੱਟੀ ਮਿੱਟੀ 'ਚ ਮਿਲਿਆ
ਉਮਰ ਦੇ ਚੰਦ ਸਾਲ ਨੇ ਗੁਜ਼ਰੇ
ਗੁਜ਼ਰਦਿਆਂ-੨ ਕਈ ਕਾਲ ਨੇ ਗੁਜ਼ਰੇ
ਹਾਲੇ ਕਲ ਹੀ ਤਾਂ ਮੈਂ ਅਮੀਬਾ ਸਾਂ

ਜੁਰੈਸਿਕ ਯੁੱਗ ਦਾ ਕੋਈ ਅਜੂਬਾ ਸਾਂ
ਪੱਥਰ ਕਾਲ ਤੇ ਕਈ ਯੁੱਗ ਹੰਡਾਂਦਾ
ਜਾਂ ਮਿੱਟੀ 'ਚ ਰਲਿਆ ਖ਼ਲੀਫਾ ਸਾਂ
ਗੁਜ਼ਰਦਿਆਂ-੨ ਕਈ ਕਾਲ ਨੇ ਗੁਜ਼ਰੇ
ਕੌਣ ਕਹਿੰਦਾ ਚੰਦ ਸਾਲ ਨੇ ਗੁਜ਼ਰੇ
....ਹਾਲੇ ਕਲ ਹੀ ਤਾਂ ਮੈਂ ਜੰਮਿਆ ਸਾਂ

40) ਜਦ ਜਾਗੋ ਤਦ ਹੀ ਸਵੇਰਾ

ਦੁਨੀਆਂ 'ਚ ਭਾਵੇਂ ਘੁੱਪ ਹਨੇਰਾ

ਜਦ ਜਾਗੋ ਤਦ ਹੀ ਸਵੇਰਾ

ਵਾਂਗ ਪੰਛੀ ਖੰਭ ਲਗਾ ਕੇ

ਘੁੰਮ ਦੇਖਿਆ ਚਾਰ-ਚੁਫੇਰਾ

ਸੁਪਨਿਆਂ ਦੇ ਪੰਨਿਆਂ ਉੱਤੇ

ਲਿੱਖੋ ਕੋਈ ਅੱਖਰ ਸੁਨਿਹਰਾ

ਸਫਲਤਾ ਦੀ ਟੀਸੀ ਉੱਤੇ

ਲਾਉ ਨਾ ਹੰਕਾਰ ਦਾ ਬਨੇਰਾ

ਸਿਮਟ ਕੇ ਮੁੱਠੀ ਦੇ ਵਿਚ ਰਿਹ ਗਈ

ਛੋਟਾ ਹੋ ਗਿਆ ਜਗ ਦਾ ਘੇਰਾ

ਦੋ ਦਿਨਾਂ ਦਾ ਖੇਲ ਤਮਾਸ਼ਾ

ਨਾ ਕੁੱਛ ਤੇਰਾ ਨਾ ਕੁੱਛ ਮੇਰਾ

ਰੱਬ ਹੈ ਵਸਦਾ ਸਭ ਦੇ ਅੰਦਰ

ਪਾਉ ਨਾ ਐਵੇਂ ਯੱਭ-ਖਲੇਰਾ

ਪੈਸੇ ਜੋੜਨ ਦੀ ਆਪੋ-ਧਾਪੀ

ਖਲੇਰਾ ਪਾਇਆ ਅਸਾਂ ਬਥੇਰਾ

ਸੁਪਨਿਆਂ ਦੇ ਪੰਨਿਆਂ ਉੱਤੇ

ਲਿੱਖੋ ਕੋਈ ਅੱਖਰ ਸੁਨਿਹਰਾ

ਬੂਟੇ ਲਗਾਉ ਸਵਸਥ ਹੋ ਜਾਉ

ਸਾਫ ਰੱਖੋ ਚਾਰ-ਚੁਫੇਰਾ

ਦੁਨੀਆਂ 'ਚ ਭਾਵੇਂ ਘੁੱਪ ਹਨੇਰਾ

ਜਦ ਜਾਗੋ ਤਦ ਹੀ ਸਵੇਰਾ

41) ਪੱਤੇ ਰੰਗ ਬਦਲਦੇ ਨੇ

ਪੱਤੇ ਰੰਗ ਬਦਲਦੇ ਨੇ

ਰੁੱਤ ਬਾ ਰੁੱਤ ਰੰਗ ਬਦਲਦੇ ਨੇ

ਪਹਿਲਾਂ ਹਰੇ ਤੋਂ ਪੀਲਾ

ਪੀਲੇ ਤੋਂ ਲਾਲ

ਫਿਰ ਭੂਰੇ ਹੋ ਮਿੱਟੀ 'ਚ ਰਲਦੇ ਨੇ

ਪੱਤੇ ਰੰਗ ਬਦਲਦੇ ਨੇ

ਰੁੱਤ ਬਾ ਰੁੱਤ ਰੰਗ ਬਦਲਦੇ ਨੇ

ਬੰਦੇ ਵੀ ਰੰਗ ਬਦਲਦੇ ਨੇ

ਚੰਗੇ ਸਮੇਂ 'ਚ ਸੰਗ

ਵਕਤੋਂ ਬੇਵਕਤ ਬਦਲਦੇ ਰੰਗ

ਇਕ ਦੂਜੇ ਤੋਂ ਭਲਾ ਕਿਉ ਜਲਦੇ ਨੇ

ਬੰਦੇ ਵੀ ਰੰਗ ਬਦਲਦੇ ਨੇ

ਮੇਪਲ ਦੇ ਪੱਤੇ ਰੰਗ ਬਦਲਦੇ ਨੇ

ਹਰੇ ਤੋਂ ਪੀਲਾ

ਪੀਲੇ ਤੋਂ ਲਾਲ

ਫਿਰ ਭੂਰੇ ਹੋ ਕੇ ਝੜਦੇ ਨੇ

ਪੱਤੇ ਰੰਗ ਬਦਲਦੇ ਨੇ

42) ਦੌੜ

ਆਪਣੀ ਦੌੜ ਹੈ ਆਪਣੇ ਤਾਈਂ
ਰੀਸ 'ਚ ਸਮਾਂ ਜਾਂਦਾ ਅਜਾਈਂ

ਉਹ ਵੀ ਦੌੜੇ, ਆ ਵੀ ਦੌੜੇ
ਰੀਸ ਕਿਸੇ ਦੀ ਕਾਹਦੀ ਕਰਨੀ
ਸੇਹੇ ਵਾਲੀ ਰੇਸ ਨਾ ਲਗਾਈਂ
ਆਪਣੀ ਦੌੜ ਹੈ ਆਪਣੇ ਤਾਈਂ

ਕੋਈ ਅੱਜ ਜੰਮਿਆ ਤੇ ਕੋਈ ਚੱਲਿਆ
ਕੋਈ ਵਾਪਸ ਪਰਤਿਆ, ਕਿਸੇ ਮੰਜਾ ਮਲਿਆ
ਕੋਈ ਮਹਿਲਾਂ ਵਿੱਚ ਵੀ ਦੁਖੀ ਹੈ ਬੈਠਾ
ਤੂੰ ਝੁੱਗੀ ਵਿਚ ਵੀ ਸ਼ੁਕਰ ਮਨਾਈਂ
ਆਪਣੀ ਦੌੜ ਹੈ ਆਪਣੇ ਤਾਈਂ

ਸੜਕਾਂ ਉੱਤੇ ਗੱਡੀਆਂ ਚਲਣ
ਦੋ ਅੱਗੇ ਦੋ ਪਿੱਛੇ ਭੱਜਣ
ਹਰ ਕਿਸੇ ਦੀ ਆਪਣੀ ਮੰਜ਼ਿਲ

ਰੇਸ 'ਚ ਨਾ ਐਵੇਂ ਜਾਨ ਗਵਾਈਂ
ਆਪਣੀ ਦੌੜ ਹੈ ਆਪਣੇ ਤਾਈਂ

ਹਰ ਕਿਸੇ ਨੇ ਕਰਮਾਂ ਦਾ ਖਾਣਾ
ਪਰਵਰਦਿਗਾਰ ਦਾ ਹੁਕਮ ਵਜਾਣਾ
ਕਿਸੇ ਦਾ ਚਮਕਦਾ ਮੱਥਾ ਦੇਖ ਕੇ
ਐਵੇਂ ਨਾ ਮੱਥਾ ਪੜਵਾਈਂ
ਆਪਣੀ ਦੌੜ ਹੈ ਆਪਣੇ ਤਾਈਂ

43) ਮਿੱਟੀ ਦੇ ਬੁੱਤ

ਮਿੱਟੀ ਦੇ ਬੁੱਤਾਂ ਦੀ ਜ਼ੁਬਾਨ ਨਹੀਂ ਹੁੰਦੀ

ਫਿਰ ਵੀ ਕਈ ਕਹਾਣੀਆਂ ਪਾਂਦੇ ਬੁੱਤ

ਸੁਣੋ ਉਂਗਲਾਂ ਵੀ ਗੱਲਾਂ ਕਰਦੀਆਂ ਨੇ

ਗੱਲਾਂ ਕਰਦੇ-ਸੁਣਾਂਦੇ ਜਿਹੜੇ ਬਣਾਂਦੇ ਬੁੱਤ

ਮਿੱਟੀ ਗੁੰਨ ਕੇ ਜਦੋਂ ਕੰਨ ਲਗਾਂਦੇ

ਕਨਸੋਆਂ ਵੀ ਕਈ ਸੁਣਾਂਦੇ ਬੁੱਤ

ਨਾਸਾਂ ਥਾਣੀ ਸਾਹ ਵੀ ਲੈਂਦੇ

ਬਗਾਵਤਾਂ ਦੀ ਹਵਾ ਸੁੰਘਾਂਦੇ ਬੁੱਤ

ਬੁੱਤ ਕਈ ਘੋੜ ਸਵਾਰੀ ਵੀ ਕਰਦੇ

ਰਣ ਯੁੱਧ ਦੀ ਬਿਗਲ ਵਜਾਂਦੇ ਬੁੱਤ

ਕਈ ਬੁੱਤ ਮੁਹੱਬਤ ਕਰਦੇ

ਪਿਆਰ ਦੇ ਕਿੱਸੇ ਕੁੱਛ ਸੁਣਾਂਦੇ ਬੁੱਤ

ਲੱਗੀ ਵਾਲੀ ਅੱਖ 'ਚੋਂ ਤੱਕਦੇ

ਦਰਸ਼ਾਂਤ ਕਈ ਦਿਖਾਂਦੇ ਬੁੱਤ

ਕੁੱਝ ਬੁੱਤ ਸਾਜ਼ ਵਜਾਉਂਦੇ

ਸੁਰਾਂ ਦੇ ਗੀਤ ਗਾਂਦੇ ਬੁੱਤ

ਨਿਰਜੀਵ ਕਹਾਂ ਜਾਂ ਬੁੱਧ ਜੀਵ

ਜਗਿਆਸਾ ਕਈ ਜਗਾਂਦੇ ਬੁੱਤ

ਕੌਣ ਕਹਿੰਦਾ ਬੁੱਤ ਗੂੰਗੇ ਹੁੰਦੇ

ਕਹਾਣੀਆਂ ਕਈ ਸੁਣਾਂਦੇ ਬੁੱਤ

44) ਕੰਨਸੋਆਂ

ਸੁਣਿਆ ਕੰਧਾਂ ਦੇ ਕੰਨ ਨੇ ਹੁੰਦੇ

ਥੋੜ੍ਹੇ ਰੌਸ਼ਨ ਦਾਨ ਵੀ ਲਗਾਈਏ

ਕੰਨਸੋਆਂ ਅਕਸਰ ਕੂੜ ਹੁੰਦੀਆਂ

ਮੰਘੋਰਿਆਂ ਥਾਣੀ ਚਾਨਣ ਲੰਘਾਈਏ

ਚਾਹ ਦੇ ਕੱਪ 'ਚ ਫੂਕਾਂ ਮਾਰ ਕੇ

ਐਵੇਂ ਨਾ ਤੁਫਾਨ ਉਠਾਈਏ

ਸੱਚ ਕੰਧਾਂ ਪਾੜ ਕੇ ਨਿਕਲਦਾ

ਐਵੇਂ ਨਾ ਰਾਈ ਦੇ ਪਹਾੜ ਬਣਾਈਏ

ਸੱਚ ਦਾ ਪਲੜਾ ਹਮੇਸ਼ਾਂ ਭਾਰੀ

ਝੂਠ ਦੇ ਵੱਟੇ ਨਾ ਛਾਬੇ 'ਚ ਪਾਈਏ

ਲਾਲਚ ਵਾਧੂ ਦੇ ਪੰਗੇ ਪਾਂਦਾ

ਐਵੇਂ ਨਾ ਜ਼ਰਖ਼ੇਬੀ ਖੰਭ ਲਗਾਈਏ

ਪੈਰ ਹਮੇਸ਼ਾਂ ਜ਼ਮੀਨ ਤੇ ਰੱਖੀਏ

ਐਵੇਂ ਨਾ ਹਵਾਈ ਕਿਲੇ ਬਣਾਈਏ

ਧਰੂਹੀਏ ਨਾ ਫੋਕੀ ਧਾਰਣਾ 'ਚ ਕਿਸੇ ਨੂੰ

ਫੋਕੇ ਫੈਸਲੇ ਐਵੇਂ ਨਾ ਸੁਣਾਈਏ

ਸੁਣਿਆ ਕੰਧਾਂ ਦੇ ਕੰਨ ਨੇ ਹੁੰਦੇ

ਥੋੜ੍ਹੇ ਰੌਸ਼ਨ ਦਾਨ ਵੀ ਲਗਾਈਏ

ਕਨਸੋਆਂ ਅਕਸਰ ਕੂੜ ਹੁੰਦੀਆਂ

ਮੰਘੋਰਿਆਂ ਥਾਣੀ ਚਾਨਣ ਲੰਘਾਈਏ

45) ਜ਼ਿੰਦਗੀ ਦੀ ਤਾਲ

ਜ਼ਿੰਦਗੀ ਦੀ ਗਿਟਾਰ ਤੇ ਚੱਲ ਆਪਾਂ

ਕੋਈ ਸੁੰਦਰ ਧੁੰਨ ਵਜਾਉਂਦੇ ਹਾਂ

ਬੇ-ਤਾਲ ਜ਼ਿੰਦਗੀ ਦੇ ਸਫਰ 'ਚ

ਤਾਲ ਨਾਲ ਤਾਲ ਮਿਲਾਉਂਦੇ ਹਾਂ

ਸੁਸਤ-ਬਾਸੁਸਤ ਕਦਮਾਂ ਨੂੰ

ਚੱਲ ਤਾਲ 'ਚ ਥੌੜਾ ਨਚਾਉਂਦੇ ਹਾਂ

ਹਸਰਤਾਂ ਦਿਲ ਦੇ ਕੋਨੇ 'ਚ ਦਫ਼ਨ

ਚੱਲ ਰੀਝਾਂ ਨੂੰ ਥੌੜਾ ਰਿਝਾਉਂਦੇ ਹਾਂ

ਯਾਦਾਂ ਦੇ ਪਰਿੰਦੇ ਨੇ ਫੜ-ਫੜਾਉਂਦੇ

ਫ਼ਿਜ਼ਾਵਾਂ 'ਚ ਆਜ਼ਾਦ ਕਰ ਆਉਂਦੇ ਹਾਂ

ਜ਼ਿੰਦਗੀ ਦੀ ਗਿਟਾਰ ਤੇ ਚੱਲ ਆਪਾਂ

ਕੋਈ ਸੁੰਦਰ ਧੁੰਨ ਵਜਾਉਂਦੇ ਹਾਂ

ਬੇ-ਤਾਲ ਜ਼ਿੰਦਗੀ ਦੇ ਸਫਰ 'ਚ

ਤਾਲ ਨਾਲ ਤਾਲ ਮਿਲਾਉਂਦੇ ਹਾਂ

46) ਸੁੱਪਨਿਆਂ ਦਾ ਸ਼ਹਿਰ

ਸੁੱਪਨਿਆਂ ਦੇ ਤੇਰੇ ਸ਼ਹਿਰ ਵਿੱਚ ਕਈ ਸੁੱਪਨੇ ਸਜਾ ਕੇ ਬੈਠਾ ਹਾਂ
ਧੜਕਦੇ ਜਿਹੇ ਦਿਲ ਵਿੱਚ ਕਈ ਅਰਮਾਨ ਛੁਪਾ ਕੇ ਬੈਠਾ ਹਾਂ

ਪਤਾ ਨਹੀਂ ਸੀ ਬਜ਼ਾਰ 'ਚ ਮੁਹੱਬਤ ਤੁਲਦੀ ਹੈ ਨਾਲ ਅਸ਼ਰਫ਼ੀਆਂ
ਮੈਂ ਤਾਂ ਆਪਣੇ ਪੱਲੇ ਦੀ ਹਰ ਕੌਡੀ ਤੁਲਵਾ ਕੇ ਬੈਠਾ ਹਾਂ

ਭੱਟਕ ਰਿਹਾ ਹਾਂ ਮੈਂ ਕਦ ਦਾ ਤੇਰੇ ਸ਼ਹਿਰ ਦੀਆਂ ਗਲ਼ੀਆਂ ਵਿੱਚ
ਲੱਗਦਾ ਮੈਨੂੰ ਇੰਜ ਜਿਵੇਂ ਮੈਂ ਸੱਭ ਕੁੱਛ ਗਵਾ ਕੇ ਬੈਠਾਂ ਹਾਂ

ਸੁਣਿਆਂ ਤੇਰੇ ਸ਼ਹਿਰ ਵਿੱਚ ਬੜੀ ਮਹਿੰਗੀ ਵਿੱਕਦੀ ਹੈ ਜ਼ਮੀਨ
ਬਿਨਾਂ ਜ਼ਮੀਨ ਬਿਨਾਂ ਫ਼ਰਦ ਕਈ ਮਹਿਲ ਬਣਾ ਕੇ ਬੈਠਾ ਹਾਂ

ਸੋਚਿਆ ਸੀ ਵਾਂਗ ਪਰਿੰਦੇ ਦੇ ਉਡਾਰੀ ਭਰਾਂਗਾ ਸੰਗ ਤੇਰੇ
ਸ਼ਮਾਂ 'ਤੇ ਕੁਰਬਾਨ ਵਾਂਗ ਪਰਵਾਨੇ ਦੇ ਖੰਭ ਜਲਾ ਕੇ ਬੈਠਾ ਹਾਂ

ਸੋਚਿਆ ਸੀ ਮਾਣਾਂਗਾ ਖੁਸ਼ੀਆਂ ਦੀਆਂ ਘੜੀਆਂ ਸੰਗ ਤੇਰੇ
ਲੱਖਾਂ ਹੀ ਪੀੜਾਂ ਤੰਨ ਆਪਣੇ ਤੇ ਲੱਗਦਾ ਹੰਡਾ ਕੇ ਬੈਠਾ ਹਾਂ

ਬੁੱਝਦਾ ਨਹੀਂ ਰੌਸ਼ਨ ਜੋ ਹੈ ਦਿੱਲ ਵਿੱਚ ਮੇਰੇ ਦੀਵਾ
ਰੌਸ਼ਨੀ ਤੋਂ ਹੋ ਰਹਿਨੁਮਾ ਕੋਈ ਬਸਤੀ ਸਜਾ ਕੇ ਬੈਠਾ ਹਾਂ

ਸੁੱਪਨਿਆਂ ਦੇ ਤੇਰੇ ਸ਼ਹਿਰ ਵਿੱਚ ਕਈ ਸੁੱਪਨੇ ਸਜਾ ਕੇ ਬੈਠਾ ਹਾਂ
ਧੜਕਦੇ ਜਿਹੇ ਦਿਲ ਵਿੱਚ ਕਈ ਅਰਮਾਨ ਛੁਪਾ ਕੇ ਬੈਠਾ ਹਾਂ

47) ਯਾਦਾਂ

ਯਾਦ ਆਉਂਦੀਆਂ ਕਈ ਯਾਦਾਂ ਬੜੀਆਂ ਨੇ
ਲੱਗਦਾ ਪੱਤਣਾਂ ਤੇ ਕੱਦ ਦੀਆਂ ਖੜੀਆਂ ਨੇ

ਯਾਦਾਂ ਕੁੱਛ ਜੁਗਨੂੰ ਵਾਂਗ ਜੱਗਦੀਆਂ
ਕਈ ਸਿਆਹ ਤੇ ਕਈ ਰੰਗ-ਬਰੰਗੀਆਂ ਬੜੀਆਂ ਨੇ

ਯਾਦਾਂ ਕੁੱਛ ਬੁੱਝੀ ਆਤਸ਼ ਵਰਗੀਆਂ
ਕੁੱਛ ਯਾਦਾਂ ਤਾਂ ਵਾਂਗ ਫੁੱਲਝੜੀਆਂ ਨੇ

ਕਈ ਯਾਦਾਂ ਨੂੰ ਯਾਦ ਕਰਦਾ ਹਾਂ ਜੱਦ ਵੀ
ਅੱਖਾਂ 'ਚ ਲੱਗਦੀਆਂ ਸਾਵਨ ਦੀਆਂ ਝੜੀਆਂ ਨੇ

ਜਿਸ ਮੋੜ ਤੇ ਛੱਡ ਕੇ ਆਇਆ ਸਾਂ
ਯਾਦਾਂ ਉੱਥੇ ਹਾਲੇ ਵੀ ਖੜੀਆਂ ਨੇ

ਯਾਦਾਂ ਕੁੱਛ ਯਾਦ ਨਹੀਂ ਆਉਂਦੀਆਂ
ਯਾਦ ਆਉਂਦੀਆਂ ਕਈ ਯਾਦਾਂ ਬੜੀਆਂ ਨੇ

....ਲੱਗਦਾ ਪੱਤਣਾਂ ਤੇ ਕੱਦ ਦੀਆਂ ਖੜੀਆਂ ਨੇ

48) ਅੰਗ੍ਰੇਜ਼ੀ ਡਾਕਟਰ

ਮੈਂ ਅੰਗ੍ਰੇਜ਼ੀ ਡਾਕਟਰ ਹਾਂ
ਸਵੇਰ-ਸ਼ਾਮ ਅੰਗ੍ਰੇਜ਼ੀ 'ਚ ਲੰਘਦੀ ਹੈ
ਹਰ ਅੱਖਰ ਅੰਗ੍ਰੇਜ਼ੀ 'ਚ ਲਿੱਖਦਾ ਹਾਂ
ਫਿਰ ਵੀ ਪੰਜਾਬੀ ਚੰਗੀ ਲਗਦੀ ਹੈ
ਹਰ ਕਿਤਾਬ ਮੇਰੀ ਅੰਗ੍ਰੇਜ਼ੀ 'ਚ ਲਿੱਖੀ
ਬੁੱਲਾਂ ਤੇ ਪੰਜਾਬੀ ਫੱਬਦੀ ਹੈ
ਜਿਸ ਭਾਸ਼ਾ 'ਚ ਮੇਰੀ ਮਾਂ ਬੋਲੀ
ਮਾਂ ਬੋਲੀ ਹੀ ਮਿੱਠੀ ਲਗਦੀ ਹੈ
ਹਰ ਲਿੱਖਤ ਤੁਹਾਡੀ ਮੈਂ ਪੜ੍ਹਦਾ ਹਾਂ

ਜਗਿਆਸਾ ਦੀ ਜਾਗ ਲਗਦੀ ਹੈ
ਪ੍ਰੈਸਕ੍ਰਿਪਸ਼ਨ ਅੰਗ੍ਰੇਜ਼ੀ 'ਚ ਲਿੱਖਦਾ ਹਾਂ
ਰੂਹ ਦੀ ਕਲਮ ਪੰਜਾਬੀ ਲਿੱਖਦੀ ਹੈ
ਕਵਿਤਾ ਰੂਹ ਦੀ ਆਵਾਜ਼ ਹੈ ਹੁੰਦੀ
ਕਲਮ ਆਪਣੀ ਬੋਲੀ 'ਚ ਹੀ ਚੰਗਾ ਲਿੱਖਦੀ ਹੈ
ਅੰਗ੍ਰੇਜ਼ੀ ਵਿਚ ਚਕਿਤਸਾ ਵਿਗਿਆਨ ਹੈ ਸਿੱਖਿਆ
ਫਿਰ ਵੀ ਬੁੱਲਾਂ ਤੇ ਪੰਜਾਬੀ ਫੱਬਦੀ ਹੈ
ਮਾਂ ਬੋਲੀ ਨੂੰ ਕਿਵੇਂ ਨਕਾਰਾਂ ਮੈਂ
ਪੰਜਾਬਅਤੀ ਮੇਰੀ ਰੂਹ 'ਚ ਵਸਦੀ ਹੈ

49) ਅੱਖਰ-ਬੋਲ

ਅੱਖਰ-ਬੋਲ ਐਵੇਂ ਨਾ ਬੋਲਿਆ ਕਰੋ
ਵਿਵੇਕ ਦੀ ਤੱਕੜੀ 'ਚ ਜ਼ਰੂਰ ਤੋਲਿਆ ਕਰੋ
ਅੱਖਰ ਦੱਸਦੇ ਤੁਹਾਡਾ ਅੰਦਰ ਦਾ ਆਪਾ
ਦਰਵਾਜ਼ਾ ਐਵੇਂ ਨਾ ਖੋਲਿਆ ਕਰੋ
ਬੋਲੀ ਤੁਹਾਡੀ ਸ਼ਖਸ਼ੀਅਤ ਦਾ ਦਰਪਣ
ਬੋਲ ਸੋਚ ਕੇ ਬੋਲਿਆ ਕਰੋ
ਅੱਖਰਾਂ ਨਾਲ ਤੁਲਦਾ ਵਿਵਹਾਰ ਦਾ ਸੌਦਾ
ਸੋਚ ਸਮਝ ਨਾਲ ਗੋਲਿਆ ਕਰੋ

ਅੰਦਰੋਂ ਖ਼ੁਦ ਨੂੰ ਸਾਫ਼ ਕਰਨਾ ਜ਼ਰੂਰੀ ਹੈ

ਚਿੱਕੜ ਦੂਜਿਆਂ ਤੇ ਐਵੇਂ ਨਾ ਡੋਲਿਆ ਕਰੋ

ਕਈ ਲਫ਼ਜ਼ਾਂ 'ਚ ਆਪਣੇ 'ਨੂੰਏਂ ਕੇਰਦੇ

ਅੰਦਰ ਆਪਾ ਵੀ ਜ਼ਰੂਰ ਟਟੋਲਿਆ ਕਰੋ

ਅੱਖਰ ਹੁੰਦੇ ਤੁਹਾਡੇ ਆਪੇ ਦਾ ਨਮੂਨਾ

ਅੱਖਰ ਸੋਚ ਸਮਝ ਕੇ ਬੋਲਿਆ ਕਰੋ

ਅੱਖਰਾਂ ਨਾਲ ਤੁਲਦਾ ਵਿਵਹਾਰ ਦਾ ਸੌਦਾ

ਸੋਚ ਸਮਝ ਕੇ ਤੋਲਿਆ ਕਰੋ

ਅੱਖਰ ਦੱਸਦੇ ਤੁਹਾਡਾ ਅੰਦਰ ਦਾ ਆਪਾ

ਦਰਵਾਜ਼ਾ ਐਵੇਂ ਨਾ ਖੋਲਿਆ ਕਰੋ

50) ਮੰਥਨ

ਸੰਤੋਖ ਦੀਆਂ ਬੰਨ ਮੇਰੂ ਨੂੰ ਰੱਸੀਆਂ

ਮੰਥਨ ਚਲ ਮਨ ਦਾ ਕਰਦੇ ਹਾਂ

ਪੰਜ ਤੱਤਾਂ ਦਾ ਇਹ ਤਨ ਹੈ ਬਣਿਆ

ਚੱਲ ਮੋਹ ਵੀ ਇਸ ਤਨ ਦਾ ਤੱਜਦੇ ਹਾਂ

ਪੰਜ ਤੱਤ ਪੰਜਾਂ 'ਚ ਹੀ ਸਮਾਉਂਦੇ

ਖੋਖੇ ਚਨੇ ਵਾਂਗ ਵਾਧੂ ਦਾ ਵੱਜਦੇ ਹਾਂ

ਮਿੱਟੀਓ-ਮਿੱਟੀ ਮਿੱਟੀ 'ਚ ਰਲਦੀ

ਮਿੱਟੀ ਦੇ ਤਨ ਨੂੰ ਪਏ ਕੱਜਦੇ ਹਾਂ
ਦਰਗਾਹ 'ਚ ਸੋਂਹਦੇ ਸ਼ੁੱਭ ਕਰਮਨ
ਫ਼ਾਨੀ ਦੁਨੀਆਂ ਤੇ ਪਏ ਸੱਜਦੇ ਹਾਂ
ਦਿਨ-ਰਾਤ ਕੂੜ ਕਮਾਈਆਂ ਕਰਕੇ
ਪਤਾ ਨਹੀਂ ਕਿਉਂ ਨਹੀਂ ਆਪਾਂ ਰੱਜਦੇ ਹਾਂ
ਖ਼ਬਰੇ ਕਿਹੜੀ ਦੌੜ 'ਚ ਦੁਨੀਆਂ ਦੌੜੇ
ਦੇਖਾ-ਦੇਖੀ ਸਾਰੇ ਭੱਜਦੇ ਹਾਂ
ਹਰ ਕਿਸੇ ਦੀ ਆਪਣੀ ਮੰਜ਼ਿਲ
ਸਬਰ ਦਾ ਘੜਾ ਕਿਉਂ ਨਹੀਂ ਭਰਦੇ ਹਾਂ
ਸੰਤੋਖ ਦੀਆਂ ਬੰਨ ਮੇਰੂ ਨੂੰ ਰੱਸੀਆਂ
ਮੰਥਨ ਚਲ ਮਨ ਦਾ ਕਰਦੇ ਹਾਂ

51) ਵਕਤ

ਵਕਤ ਹੈ ਆਈਨਾ
ਵਕਤ ਹੈ ਦਰਪਣ
ਵਕਤ ਚਿਹਰੇ ਦਿਖਾ ਦਿੰਦਾ ਹੈ
ਵਕਤ ਹੈ ਇਲਮ
ਵਕਤ ਉਸਤਾਦ ਹੈ
ਵਕਤ ਬਹੁਤ ਕੁੱਛ ਸਿਖਾ ਦਿੰਦਾ ਹੈ

ਵਕਤ ਕਲਾਕਾਰ

ਵਕਤ ਮੂਰਤੀਕਾਰ

ਛੈਣੀ ਦੀਆਂ ਚੋਟਾਂ ਪੁਆ ਦਿੰਦਾ ਹੈ

ਵਕਤ ਮਹਾਨ ਹੈ

ਵਕਤ ਬਲਵਾਨ ਹੈ

ਪੱਥਰਾਂ 'ਚੋਂ ਬੁੱਤ ਬਣਾ ਦਿੰਦਾ ਹੈ

ਵਕਤ ਹੈ ਚਿੱਤਰਕਾਰ

ਵਕਤ ਹੈ ਕਹਾਣੀਕਾਰ

ਹੋਕਿਆਂ ਦੇ ਬਾਦ ਵੀ ਹਸਾ ਦਿੰਦਾ ਹੈ

ਵਕਤ ਇਲਮ ਹੈ

ਵਕਤ ਇਲਮਕਾਰ

ਵਕਤ ਸੱਬਕ ਸਿਖਾ ਦਿੰਦਾ ਹੈ

52) ਬਾਰੀ ਥਾਣੀ ਝਾਕ ਕੇ ਆਉਂਦੇ ਹਾਂ

ਚਿਰ ਹੋ ਗਿਆ ਸੂਰਜ ਨੂੰ ਦੇਖਿਆਂ

ਚਿਰ ਹੋ ਗਿਆ ਚੰਦਾ ਨੂੰ ਝਾਕਿਆਂ

ਚਲੋ ਬਾਰੀ ਥਾਣੀ ਝਾਕ ਕੇ ਆਉਂਦੇ ਹਾਂ

ਚਿਰ ਹੋ ਗਿਆ ਅੰਦਰ ਵੀ ਝਾਕਿਆਂ

ਕਪਾਟ ਖੋਲ ਨਿਗ਼ਾ ਦੌੜਾਂਦੇ ਹਾਂ

ਚਲੋ ਬਾਰੀ ਥਾਣੀ ਝਾਕ ਕੇ ਆਉਂਦੇ ਹਾਂ

ਚਿਰ ਹੋ ਗਿਆ ਠਹਾਕਿਆਂ ਨਾਲ ਹੱਸਣਾ

ਚਿਰ ਹੋ ਗਿਆ ਕੁੱਛ ਮਿੱਤਰਾਂ ਨੂੰ ਦੱਸਣਾ

ਚਲੋ ਮਿੱਤਰਾਂ ਸੰਗ ਗੱਪ ਲੜਾਉਂਦੇ ਹਾਂ

ਬਾਰੀ ਥਾਣੀ ਝਾਕ ਕੇ ਆਉਂਦੇ ਹਾਂ

ਚਿਰ ਹੋ ਗਿਆ ਘਾਹ ਤੇ ਲੇਟਿਆਂ

ਚਿਰ ਹੋ ਗਿਆ ਕਿਆਰੀ 'ਚ ਗੋਡੀ ਕੀਤਿਆਂ

ਪੰਛੀਆਂ ਦੇ ਗੀਤ ਸੁਣ ਕੇ ਆਉਂਦੇ ਹਾਂ

ਫੁੱਲਾਂ ਦੀ ਫ਼ੋਟੋ ਖਿੱਚ ਕੇ ਆਉਂਦੇ ਹਾਂ

ਚਿਰ ਹੋ ਗਿਆ ਬਾਹਰ ਖੁੱਲੇ 'ਚ ਖੇਲਿਆਂ

ਮੋਬਾਈਲ ਵਹਿੰਦੇ ਹਾਂ ਬੈਠ ਕੇ ਵਿਹਲਿਆਂ

ਚਲੋ ਬੱਚਿਆਂ ਸੰਗ ਖੇਲ ਕੇ ਆਉਂਦੇ ਹਾਂ

ਪਲਾਸਟਿਕ ਦੇ ਬੈਟ ਨਾਲ ਰਨ ਬਣਾਉਂਦੇ ਹਾਂ
ਚਲੋ ਬਾਰੀ ਥਾਣੀ ਝਾਕ ਕੇ ਆਉਂਦੇ ਹਾਂ
ਚਿਰ ਹੋ ਗਿਆ ਆਪਣੇ ਆਪ ਨੂੰ ਮਿਲਿਆਂ
ਚਿਰ ਹੋ ਗਿਆ ਵਾਂਗ ਕਲੀਆਂ ਦੇ ਖਿਲਿਆਂ
ਚਲੋ ਆਇਨੇ 'ਚ ਦੇਖ ਕੇ ਮੁਸਕਰਾਉਂਦੇ ਹਾਂ
ਬਾਰੀ ਥਾਣੀ ਝਾਕ ਕੇ ਆਉਂਦੇ ਹਾਂ

53) ਬਸੰਤ ਦਾ ਗੀਤ

ਫੁੱਲਾਂ ਨੇ ਕੋਈ ਰਾਗ ਹੈ ਗਾਇਆ
ਪੌਣਾਂ ਨੇ ਕੋਈ ਗੀਤ ਸੁਣਾਇਆ
ਸਰੋਂ ਦੇ ਫੁੱਲ ਖਿਲੇ ਅਨੰਤ
ਮਾਣੋ ਮੌਜਾਂ ਅੱਜ ਆਈ ਬਸੰਤ

ਨਿੱਘਾ ਹੋਇਆ ਚਾਰ-ਚੁਫੇਰਾ
ਸੂਰਜ ਵੀ ਦੇਵੇ ਸੁੱਖ ਘਨੇਰਾ
ਕੱਕਰ ਗਈ ਤੇ ਪਾਲਾ ਉਡੰਤ
ਮਾਣੋ ਮੌਜਾਂ ਅੱਜ ਆਈ ਬਸੰਤ

ਚਿੜੀਆਂ ਨੂੰ ਚੂਰੀ ਪਾਵਾਂਗੇ

ਰੁੱਖਾਂ ਦੇ ਪੌਦੇ ਲਗਾਵਾਂਗੇ
ਸੁਖੀ ਵਸੇ ਹਰ ਜੀਅ ਹਰ ਜੰਤ
ਮਾਣੋ ਮੌਜਾਂ ਅੱਜ ਆਈ ਬਸੰਤ

ਪੀਲੇ ਮਿੱਠੇ ਚਾਵਲ ਖਾਵਾਂਗੇ
ਮਿਲ ਕੇ ਸਾਰੇ ਮੇਲੇ ਨੂੰ ਜਾਵਾਂਗੇ
ਰਾਜ, ਬਲਰਾਜ ਅਤੇ ਕੀ ਬਲਵੰਤ
ਮਾਣੋ ਮੌਜਾਂ ਅੱਜ ਆਈ ਬਸੰਤ

54) ਪੋਹ-ਮਾਘ ਬਾਅਦ ਫੱਗਣ ਆਉਣਾ

ਪੋਹ-ਮਾਘ ਬਾਅਦ ਫੱਗਣ ਆਉਣਾ

ਬਹਾਰਾਂ ਨੇ ਹੈ ਠੱਗਣ ਆਉਣਾ

ਚੇਤ ਵਿੱਚ ਤੈਨੂੰ ਕਰਾਂ ਮੈਂ ਚੇਤੇ

ਵਿਸਾਖ ਨੂੰ ਚਾਵਾਂ ਨਾਲ ਮਨਾਉਣਾ

ਜੇਠ-ਹਾੜ 'ਚ ਪਸੀਨੇ ਚੋਵਣ

ਸਾਵਨ 'ਚ ਬੱਦਲ਼ਾਂ ਨੇ ਗੀਤ ਸੁਨਾਉਣਾ

ਸਉਣ-ਭਾਦੋਂ ਦੀ ਝੜੀਆਂ ਲੱਗਣ

ਕਣੀਆਂ 'ਚ ਬਾਹਰੋਂ ਭਿੱਜ ਕੇ ਆਉਣਾ

ਅੱਸੂ-ਕੱਤੇ 'ਚ ਮੌਸਮ ਕੁੱਛ ਨੰਮ

ਤਿਉਹਾਰਾਂ ਨੂੰ ਚਾਵਾਂ ਨਾਲ ਮਨਾਉਣਾ

ਮੱਘਰ ਮਹੀਨੇ ਗੁਰਦੁਆਰਿਆਂ 'ਚ ਰੌਣਕਾਂ

ਪੰਗਤ 'ਚ ਲੰਗਰ ਛੱਕਣਾ ਤੇ ਛਕਾਉਣਾ

ਪੋਹ-ਮਾਘ ਬਾਅਦ ਫਿਰ ਫੱਗਣ ਆਉਣਾ

ਬਹਾਰਾਂ ਨੇ ਹੈ ਠੱਗਣ ਆਉਣਾ

ਚੇਤ ਵਿੱਚ ਤੈਨੂੰ ਕਰਾਂ ਮੈਂ ਚੇਤੇ

ਵਿਸਾਖ ਨੂੰ ਚਾਵਾਂ ਨਾਲ ਮਨਾਉਣਾ

55) ਬਚਪਨ ਦੀਆਂ ਯਾਦਾਂ

ਤੇਰੀਆਂ ਗਲ਼ੀਆਂ 'ਚ ਬਿਤਾਇਆ ਉਹ ਬਚਪਨ

ਹੁਣ ਯਾਦ ਬੜਾ ਮੈਨੂੰ ਆਉਂਦਾ ਹੈ.....

ਕਾਗ਼ਜ਼ ਦੀਆਂ ਗੁੱਡੀਆਂ ਉਡਾਉਂਦਾ ਉਹ ਲੜਕਪਨ

ਹੁਣ ਯਾਦ ਬੜਾ ਮੈਨੂੰ ਆਉਂਦਾ ਹੈ.....

ਲੋਹੜੀ ਮੰਗਣ ਗੁਆਂਢ ‘ਚ ਜਾਉਂਦੇ ਸਾਂ

ਗਾਉਣ ਤੋਤਲੀ ਅਵਾਜ਼ ‘ਚ ਗਾਉਂਦੇ ਸਾਂ

ਲੋਹੜੀ ਦੇਣ ਜੇ ਕੋਈ ਬਾਹਰ ਨਾ ਆਉਂਦਾ

ਤਾਂ ਬੂਹਾ ਜ਼ੋਰ ਦਾ ਉਸਦਾ ਖੜਕਾਉਂਦੇ ਸਾਂ

ਲੱਕੜ ਦੇ ਡੱਕ ਇਕੱਠੇ ਕਰਨ ਦਾ ਉਹ

ਮੰਜ਼ਰ ਹਾਲੇ ਵੀ ਖਿਆਲਾਂ ‘ਚ ਆਉਂਦਾ ਹੈ

ਤੇਰੀਆਂ ਗਲ਼ੀਆਂ 'ਚ ਬਿਤਾਇਆ ਉਹ ਬਚਪਨ

ਹੁਣ ਯਾਦ ਬੜਾ ਮੈਨੂੰ ਆਉਂਦਾ ਹੈ.....

ਰੇਤ ਦੇ ਢਿੱਗ 'ਚ ਘਰ ਬਣਾਉਂਦੇ ਸਾਂ

ਝੱਗੇ ਫੜ ਕੇ ਗੱਡੀਆਂ ਚਲਾਉਂਦੇ ਸਾਂ

ਬਰਸਾਤ ਦਾ ਪਾਣੀ ਜੱਦ ਹੁੰਦਾ ਇਕੱਠਾ

ਉੱਤੇ ਕਾਗ਼ਜ਼ ਦੀ ਕਿਸ਼ਤੀ ਚਲਾਉਂਦੇ ਸਾਂ
ਯਾਦਾਂ ਹਾਲੇ ਵੀ ਨਹੀਂ ਭੁੱਲੀਆਂ
ਯਾਦਾਂ ਦਾ ਪੱਲ-੨ ਮੈਨੂੰ ਸਤਾਉਂਦਾ ਹੈ
ਤੇਰੀਆਂ ਗਲ਼ੀਆਂ 'ਚ ਬਿਤਾਇਆ ਉਹ ਬਚਪਨ
ਹੁਣ ਯਾਦ ਬੜਾ ਮੈਨੂੰ ਆਉਂਦਾ ਹੈ.....

ਪਾਠਸ਼ਾਲਾ 'ਚ ਪੜਨ ਨੂੰ ਜਾਉਂਦੇ ਸਾਂ
ਰੱਸਤੇ 'ਚ ਜੀਭਾਂ ਡ਼ਕਾਉਂਦੇ ਸਾਂ
ਖਾਲ਼ੀ ਕਾਪੀ 'ਚ ਕੰਮ ਕੋਈ ਕੀਤਾ ਨਹੀਂ
ਫਸਣ ਤੇ ਸੌ ਬਹਾਨੇ ਬਣਾਉਂਦੇ ਸਾਂ
ਪਤਾ ਨਹੀਂ ਪਾਠਸ਼ਾਲਾ ਅੱਗੋਂ ਦੀ ਲੰਘਦਿਆਂ ਦਾ
ਸੀਸ ਆਪ ਮੁਹਾਂਦਰੇ ਕਿਉਂ ਝੁੱਕ ਜਾਉਂਦਾ ਹੈ
ਤੇਰੀਆਂ ਗਲ਼ੀਆਂ 'ਚ ਬਿਤਾਇਆ ਉਹ ਬਚਪਨ
ਹੁਣ ਯਾਦ ਬੜਾ ਮੈਨੂੰ ਆਉਂਦਾ ਹੈ.....

ਬਚਪਨ ਕਿੰਨਾ ਅਮੀਰ ਸਾਡਾ ਹੁੰਦਾ ਸੀ
ਕੋਲ ਬਾਂਟਿਆਂ ਦਾ ਖ਼ਜ਼ਾਨਾ ਹੁੰਦਾ ਸੀ
ਕਾਗ਼ਜ਼ ਦੇ ਜਹਾਜ਼ ਸਾਡੇ ਉੱਡਦੇ ਸਨ
ਹਰ ਕੋਈ ਕਰੀਬ ਕਿੰਨਾ ਹੁੰਦਾ ਸੀ

ਜੱਦ ਵੀ ਹਵਾ ਦਾ ਬੁੱਲਾ ਕੋਈ ਆਉਂਦਾ

ਧੂ ਖਿੱਚ ਕਾਲਜੇ ਪਾਉਂਦਾ ਹੈ

ਤੇਰੀਆਂ ਗ਼ਲੀਆਂ 'ਚ ਬਿਤਾਇਆ ਉਹ ਬਚਪਨ

ਹੁਣ ਯਾਦ ਬੜਾ ਮੈਨੂੰ ਆਉਂਦਾ ਹੈ.....

ਬੇਬੇ ਹੱਥ 'ਚ ਚੁਆਨੀਂ ਫੜਾਉਂਦੀ ਸੀ

ਦੂਜੇ ਹੱਥ 'ਚ ਕੌਲੀ ਥਮਾਉਂਦੀ ਸੀ

ਹਲਵਾਈ ਦੀ ਦੁਕਾਨ ਤੋਂ ਦਹੀਂ ਲਿਆਉਣ ਦਾ

ਫੁਰਮਾਨ ਆਖ ਸੁਣਾਉਂਦੀ ਸੀ

ਚੁਆਨੀਂ ਨਾਲ ਕੌਲੀ ਖੜਕਾਈ ਜਾਂਦੇ

ਸੁਆਦ ਅੱਜ ਕਲ ਵੀ ਯਾਦ ਕਰ ਆਉਂਦਾ ਹੈ

ਤੇਰੀਆਂ ਗ਼ਲੀਆਂ 'ਚ ਬਿਤਾਇਆ ਉਹ ਬਚਪਨ

ਹੁਣ ਯਾਦ ਬੜਾ ਮੈਨੂੰ ਆਉਂਦਾ ਹੈ.....

ਭਾਵੇਂ ਅੱਧਖੜ ਉਮਰ ਦੇ ਹੋ ਗਏ ਹਾਂ

ਝਮੇਲਿਆਂ 'ਚ ਵਾਧੂ ਦਾ ਖੋ ਗਏ ਹਾਂ

ਹਰ ਕੋਈ ਗੁਆਚਿਆ ਲੱਗਦਾ ਹੈ

ਲਗਦਾ ਚੁਰਾਹੇ 'ਚ ਆ ਕੇ ਖਲੋ ਗਏ ਹਾਂ

ਕਿੰਨਾ ਸ਼ਾਂਤਮਈ ਸੀ ਉਹ ਵਕਤ

ਬੀਤਿਆ ਸਮਾਂ ਯਾਦ ਹੁਣ ਆਉਂਦਾ ਹੈ
ਤੇਰੀਆਂ ਗ਼ਲੀਆਂ 'ਚ ਬਿਤਾਇਆ ਉਹ ਬਚਪਨ
ਹੁਣ ਯਾਦ ਬੜਾ ਮੈਨੂੰ ਆਉਂਦਾ ਹੈ.....

56) ਮੇਰਾ ਬਚਪਨ

ਬੇਰੀਆਂ ਵਿਚ ਮੇਰੀ ਪਤੰਗ ਹੈ ਫਸ ਗਈ
ਗਾਟੀ ਕਿਧਰੋਂ ਪਾਵਾਂਗਾ
ਜਿਹੜੇ ਮਿਤਰਾਂ ਨਾਲ ਮੈਂ ਬਾਂਟੇ ਖੇਡੇ
ਉਹ ਬੇਲੀ ਕਿਥੋਂ ਲਿਆਵਾਂਗਾ
ਨਾ ਉਹ ਬੇਰੀਆਂ, ਨਾ ਉਹ ਬੇਲੀ
ਗੁਜ਼ਰੀਆਂ ਯਾਦਾਂ ਕਿਵੇਂ ਸਜਾਵਾਂਗਾ
ਇਕ ਵਾਰ ਕਿਧਰੇ ਬਹਿ ਸਜਣਾ
ਯਾਦਾਂ ਦੇ ਪੰਨੇ ਖੋਲ ਦਿਖਾਵਾਂਗਾ
ਖੁੱਡਾਂ-ਖੁੱਤੀਆਂ ਜਿਨਾਂ ਚ ਬਾਂਟੇ ਖੇਲੇ
ਉਨ੍ਹਾਂ ਫਰਸ਼ਾਂ ਤੇ ਨਜ਼ਰ ਵਿਛਾਵਾਂਗਾ
ਕਾਸ਼ ਮਾਨੂੰ ਵੀ ਕੋਈ ਤਕਦਾ ਹੁੰਦਾ
ਚੁਬਾਰੇ ਦੀ ਖਿੜਕੀ ਖੋਲ ਦਿਖਾਵਾਂਗਾ
ਉਹ ਲਕੜ ਦੀਆਂ ਗੁੱਲੀਆਂ ਅਤੇ ਡੰਡੇ
ਦੋ ਚਾਰ ਟੁੱਲ ਮੈਂ ਫਿਰ ਲਗਾਵਾਂਗਾ

ਕੱਚੇ ਕੋਲੇ ਨਾਲ ਗਲੀ ਚ ਖਿੱਚ ਲਕੀਰਾਂ

ਸ਼ਟਾਪੂ ਵੀ ਖੇਲ ਦਿਖਾਵਾਂਗਾ

ਠਕੀਰਾਂ ਗਲੀ ਵਿਚ ਸਜਾਕੇ

ਪਿੱਠੂ ਗਰਮ ਕਰ ਦਿਖਾਵਾਂਗਾ

ਕਿੱਧਰ ਗਈਆਂ ਉਹ ਵੇਲੇ ਦੀਆਂ ਖੇਡਾਂ

ਹੁਣ ਠੱਪੀ ਕਿਨੂੰ ਲਾਵਾਂਗਾ

ਬੇਰੀਆਂ ਵਿਚ ਮੇਰੀ ਪਤੰਗ ਹੈ ਫਸ ਗਈ

ਹੁਣ ਗਾਟੀ ਕਿਧਰੋਂ ਪਾਵਾਂਗਾ

57) ਦਿਵਾਲੀ ਦੇ ਸਮੇਂ ਦੀਆਂ ਯਾਦਾਂ

ਦਿਵਾਲੀ ਸਮੇਂ ਬਜ਼ਾਰ ਸੀ ਲਿਸ਼ਕਿਆ

ਪਾਠਸ਼ਾਲਾ ਚੋਂ ਮੈਂ ਸੀ ਖਿਸਕਿਆ

ਪਿਛੋਂ ਟੀਚਰ ਲਭਦੇ ਰਹਿ ਗਏ

ਮਿਤਰ ਸਾਡੇ ਸੀ ਲਾਈਨਾਂ ਚ ਬਹਿ ਗਏ

ਬਜ਼ਾਰ ਅਸਾਂ ਖੂਬ ਸੀ ਗਾਹਿਆ

ਸ਼ਾਮੀ ਮੈਂ ਫਿਰ ਘਰ ਸੀ ਆਇਆ

ਦਸਿਆ ਸਕੂਲੋਂ ਹਾਂ ਪੜ੍ਹ ਕੇ ਆਇਆ

ਸਾਰਿਆਂ ਨੂੰ ਮੈਂ ਇਹੋ ਸਮਝਾਇਆ

ਅਗਲੇ ਦਿਨ ਫਿਰ ਸ਼ਾਮਤ ਸੀ ਆਈ

ਜਦ ਮਾਸਟਰ ਜੀ ਨੇ ਸਜ਼ਾ ਸੀ ਸੁਣਾਈ

ਮਾਸਟਰ ਜੀ ਨੇ ਘੋੜੀ ਕੰਨ ਸੀ ਫੜਾਏ

ਪਿਛੋਂ ਦੀ ਦੋ ਬੈਂਤ ਸੀ ਲਗਾਏ

ਦੇਵੀ ਦੇਵਤੇ ਫਿਰ ਯਾਦ ਸੀ ਆਏ

ਜਦ ਮਾਸਟਰਾਂ ਨੇ ਸਨ ਕੰਨ ਫੜਵਾਏ

ਸਜੇ ਹੋਏ ਬਜ਼ਾਰ ਦੇਖਕੇ

ਬਚਪਨ ਦੇ ਦਿਨ ਫਿਰ ਚੇਤੇ ਆਏ

58) ਬਚਪਨ ਦੀ ਰਾਮ-ਲੀਲਾ

ਲਾਲ-ਸੂਹੀ ਲਿਪਸਟਿਕ ਲਗਾ ਕੇ
ਹਾਰ-ਸ਼ਿੰਗਾਰ ਉਸਦਾ ਖ਼ੂਬ ਸੀ ਕੀਤਾ
ਭੁੱਲਦਾ ਨਹੀਂ ਬਚਪਨ ਦਾ ਜ਼ਮਾਨਾ
ਜੱਦ ਗੁਆਂਢੀਆਂ ਦਾ ਕਾਕਾ ਬਣਦਾ ਸੀ ਸੀਤਾ
ਕਾਗ਼ਜ਼ ਦੇ ਗੁਰਜ ਹਨੂਮਾਨ ਦੇ ਸਾਂ ਬਣਾਉਂਦੇ
ਪੱਤਿਆਂ ਨੂੰ ਸਜਾ ਕੇ ਅਸ਼ੋਕ ਵਾਟਿਕਾ ਸਾਂ ਸਜਾਉਂਦੇ
ਰਾਵਣ ਤੇ ਮੇਘਨਾਦ ਹਾ-ਹਾ-ਹਾ ਸਨ ਕਰਦੇ
ਕਿਆ ਰੋਲ ਨਿਭਾਉਂਦੇ ਸਨ ਭਿੰਦਾ ਤੇ ਜੀਤਾ
ਭੁੱਲਦਾ ਨਹੀਂ ਬਚਪਨ ਦਾ ਜ਼ਮਾਨਾ
ਜੱਦ ਗੁਆਂਢੀਆਂ ਦਾ ਕਾਕਾ ਬਣਦਾ ਸੀ ਸੀਤਾ
ਕਾਗਜ਼ੀ ਰਾਵਣ ਅਸੀਂ ਤਿਆਰ ਸਾਂ ਕਰਦੇ
ਪੁੱਤਲੇ 'ਚ ਕਈ ਪਟਾਕੇ ਸਾਂ ਭਰਦੇ
ਕਾਗ਼ਜ਼ ਦੇ ਗੁਰਜ ਨੂੰ ਧੂਣੀ ਲਗਾ ਕੇ
ਸੁਲੱਗਾਉਂਦੇ ਸਾਂ ਪਟਾਕਿਆਂ ਦਾ ਫ਼ੀਤਾ
ਭੁੱਲਦਾ ਨਹੀਂ ਬਚਪਨ ਦਾ ਜ਼ਮਾਨਾ
ਜੱਦ ਗੁਆਂਢੀਆਂ ਦਾ ਕਾਕਾ ਬਣਦਾ ਸੀ ਸੀਤਾ....

59) ਪੁਰਾਣੇ ਸ਼ਹਿਰ ਦੀ ਫੇਰੀ

ਜਿਨ੍ਹਾਂ ਗਲ਼ੀਆਂ 'ਚ ਬੱਚਪਨ ਬਿਤਾਇਆ

ਉਨ੍ਹਾਂ 'ਚ ਫੇਰਾ ਪਾ ਕੇ ਆਉਂਦੇ ਹਾਂ

ਆਪਣੇ ਪੁਰਾਣੇ ਸ਼ਹਿਰ ਦਾ....

ਇਕ ਗੇੜਾ ਲਗਾ ਕੇ ਆਉਂਦੇ ਹਾਂ

ਗੁਆਂਢ 'ਚ ਹੁੰਦਾ ਸੀ ਭਿੰਦੇ ਦਾ ਚੁਬਾਰਾ

ਕਾਸ਼ ਉਹ ਦਿਨ ਫਿਰ ਆ ਜਾਣ ਦੁਬਾਰਾ

ਚੁਬਾਰੇ 'ਚ ਰਹਿੰਦੀ ਸੀ ਭਿੰਦੇ ਦੀ ਬੇਬੇ

ਬੇਬੇ ਦਾ ਬੂਹਾ ਖੜਕਾ ਕੇ ਆਉਂਦੇ ਹਾਂ

ਆਪਣੇ ਪੁਰਾਣੇ ਸ਼ਹਿਰ ਦਾ....

ਇਕ ਗੇੜਾ ਲਗਾ ਕੇ ਆਉਂਦੇ ਹਾਂ

ਗਲੀ ਦੀ ਨੁੱਕਰ ਤੇ ਸੀ ਇਕ ਵਿਸ਼ਾਲ ਇਮਾਰਤ

ਇਮਾਰਤ ਸੀ ਜਾਂ ਉਹ ਸੀ ਕੋਈ ਬੁਝਾਰਤ

ਨਾਲ ਹੀ ਉਸ ਦੇ ਸੀ ਇਕ ਗੁਰਦੁਆਰਾ

ਗੁਰਦੁਆਰੇ 'ਚ ਸੀਸ ਨਿਵਾਂ ਕੇ ਆਉਂਦੇ ਹਾਂ

ਆਪਣੇ ਪੁਰਾਣੇ ਸ਼ਹਿਰ ਦਾ....

ਇਕ ਗੇੜਾ ਲਗਾ ਕੇ ਆਉਂਦੇ ਹਾਂ

ਨਵੇਂ ਹੁਣ ਕਈ ਮਕਾਨ ਉਸਰ ਗਏ

ਬੱਚਪਨ ਦੇ ਸਾਥੀ ਕਈ ਵਿੱਛੜ ਗਏ
ਨਵੇਂ ਨਿਵਾਸੀਆਂ ਨਾਲ ਚਲੋ ਫਿਰ
ਥੋੜੀ ਜਾਣ-ਪਛਾਣ ਬਣਾ ਕੇ ਆਉਂਦੇ ਹਾਂ
ਆਪਣੇ ਪੁਰਾਣੇ ਸ਼ਹਿਰ ਦਾ....
ਇਕ ਗੇੜਾ ਲਗਾ ਕੇ ਆਉਂਦੇ ਹਾਂ

60) ਪੁਰਾਣੇ ਮਕਾਨ ਦਾ ਸੌਦਾ

ਆਪਣੀਆਂ ਪੁਰਾਣੀਆਂ ਸੁਗਾਤਾਂ ਦਾ
ਅੱਜ ਸੌਦਾ ਕਰਕੇ ਆਇਆ ਹਾਂ
ਲੱਗਦਾ ਲੱਖਾਂ ਹੀ ਜਜ਼ਬਾਤਾਂ ਦਾ
ਅੱਜ ਸੌਦਾ ਕਰਕੇ ਆਇਆ ਹਾਂ
ਲੱਕੜ ਵਾਲੀ ਅਲਮਾਰੀ ਕੁੱਛ ਕਹਿੰਦੀ ਸੀ
ਉਹ ਸੀਖਾਂ ਵਾਲੀ ਬਾਰੀ ਕੁੱਛ ਕਹਿੰਦੀ ਸੀ
ਉਹ ਕੱਚੀਆਂ ਜਹੀਆਂ ਦਿਵਾਰਾਂ ਸਨ ਬੋਲਦੀਆਂ
ਹਵਾਵਾਂ ਤਿੜਕੇ ਜਿਹੇ ਤਾਕ ਸਨ ਖੋਲਦੀਆਂ
ਛਤੀਰ ਤੇ ਬਾਲਿਆਂ ਦੀਆਂ ਛੱਤਾਂ ਸਮੇਤ
ਯਾਦਾਂ ਦਾ ਸੌਦਾ ਕਰਕੇ ਆਇਆ ਹਾਂ
ਆਪਣੇ ਪੁਰਾਣੇ ਮਕਾਨ ਦਾ
ਅੱਜ ਸੌਦਾ ਕਰਕੇ ਆਇਆ ਹਾਂ

ਜਦ ਲੋਹੇ ਦੇ ਸੰਦੂਕ ਨੂੰ ਸੀ ਖੋਲਿਆ

ਲੱਗਦਾ ਉਹ ਹੋਲੀ ਜਹੀ ਸੀ ਕੁੱਛ ਬੋਲਿਆ

ਇੱਕ ਨੁੱਕਰ 'ਚੋਂ ਉਸਦੇ ਕੁੱਛ ਸਿੱਕੇ ਸਨ ਨਿੱਕਲੇ

ਹੇਠੋਂ ਉਸਦੇ ਕੁੱਛ ਬਾਂਟੇ ਸਨ ਨਿੱਕਲੇ

ਬੀਤੇ ਸਮੇਂ ਦੀਆਂ ਯਾਦਾਂ ਦਾ

ਅੱਜ ਸੌਦਾ ਕਰਕੇ ਆਇਆ ਹਾਂ

ਲੱਗਦਾ ਲੱਖਾਂ ਹੀ ਜਜ਼ਬਾਤਾਂ ਦਾ

ਅੱਜ ਸੌਦਾ ਕਰਕੇ ਆਇਆ ਹਾਂ

ਤਿਜਾਰਤਵਾਦੀ ਜਿਹਾ ਬਣ ਗਿਆ ਹਾਂ

ਖ਼ੁਦਗ਼ਰਜ਼ ਇਨਸਾਨ ਬਣ ਗਿਆ ਹਾਂ

ਯਾਦਾਂ ਨੂੰ ਵੇਚ ਆਇਆ ਹਾਂ

ਜਜ਼ਬਾਤਾਂ ਨੂੰ ਵੀ ਵੇਚ ਆਇਆ ਹਾਂ

ਅਣਮੁੱਲੀਆਂ ਸੁਗਾਤਾਂ ਦਾ

ਸੌਦਾ ਕਰਕੇ ਆਇਆ ਹਾਂ

ਆਪਣੇ ਪੁਰਾਣੇ ਮਕਾਨ ਦਾ

ਅੱਜ ਸੌਦਾ ਕਰਕੇ ਆਇਆ ਹਾਂ

61) ਹੱਥਾਂ ਵਿੱਚੋਂ ਤਿਲਕਦੇ ਪਲ

ਸ਼ੀਸ਼ੇ ਦੀਆਂ ਘੜੀਆਂ ਵਿੱਚੋਂ

ਰੇਤ ਦੇ ਕਿਣਕਿਆਂ ਵਾਂਗੂੰ

ਹੌਲੀ-ਹੌਲੀ ਸਰਕਦੇ ਪਲ

ਪਲ ਹਰ ਪਲ ਵਕਤ ਗੁਜ਼ਰਦਾ

ਗੁਜ਼ਰਦੇ ਵਕਤ ਦੇ ਖਿਸਕਦੇ ਪਲ

ਦਿਨਾਂ ਮਹੀਨਿਆਂ ਤੋਂ ਸਾਲ ਗੁਜ਼ਰਦੇ

ਹੱਥਾਂ ਵਿੱਚੋਂ ਤਿਲਕਦੇ ਪਲ

ਲਮ੍ਹਾਂ ਹਰ ਲਮ੍ਹਾਂ ਵਕਤ ਗੁਜ਼ਰਦਾ

ਪਲ ਹਰ ਪਲ ਬਦਲਦੇ ਪਲ

ਜੋਬਨ ਰੁੱਤੇ ਨਵਾਂ ਸਾਲ ਹੈ ਚੜ੍ਹਦਾ

ਹੌਲੀ-ਹੌਲੀ ਸਰਕਦੇ ਪਲ

ਬੁੱਢਾ ਹੋ ਹਰ ਸਾਲ ਗੁਜ਼ਰਦਾ

ਗੁਜ਼ਰਦੇ ਵਕਤ ਦੇ ਖਿਸਕਦੇ ਪਲ

ਸ਼ੀਸ਼ੇ ਦੀਆਂ ਘੜੀਆਂ ਵਿੱਚੋਂ

ਰੇਤ ਦੇ ਕਿਣਕਿਆਂ ਵਾਂਗੂੰ

ਹੌਲੀ-ਹੌਲੀ ਸਰਕਦੇ ਪਲ

ਹਰ ਪਲ ਨਵਾਂ ਸਾਲ ਮੁਬਾਰਕ

ਜਸ਼ਨ ਮਨਾਉ ਪਲ ਹਰ ਪਲ

ਗੁਜ਼ਰਦੇ ਵਕਤ ਦੇ ਖਿਸਕਦੇ ਪਲ

ਦਿਨਾਂ ਮਹੀਨਿਆਂ ਤੋਂ ਸਾਲ ਗੁਜ਼ਰਦੇ

ਹੱਥਾਂ ਵਿੱਚੋਂ ਤਿਲਕਦੇ ਪਲ

62) ਦੁਨੀਆਂ

ਦੋ ਕਦਮ ਅਗਾਂਹ ਨੂੰ ਵਧਾ ਕੇ ਤਾਂ ਦੇਖ

ਟੰਗ ਖਿੱਚਣ ਨੂੰ ਤਿਆਰ ਮੈਂ ਬੈਠਾ ਹਾਂ

ਸੁਭਾਅ ਦਾ ਬੜਾ ਹੀ ਚੰਗਾ ਹਾਂ ਮੈਂ ਤਾਂ

ਤੈਸ਼ ਦੇ ਘੋੜੇ ਤੇ ਸਵਾਰ ਮੈਂ ਬੈਠਾ ਹਾਂ

ਮੂੰਹ ਦਾ ਮਿੱਠਾ ਅੰਦਰੋਂ ਤਿੱਖਾ

ਕਰ ਤਰਕਸ਼ ਦੇ ਤੀਰ ਤਿਆਰ ਮੈਂ ਬੈਠਾ ਹਾਂ

ਕੌਣ ਕਹਿੰਦਾ ਜੰਗਲਾਂ ਦੇ ਜੀਵ ਮੁੱਕ ਗਏ

ਛੁੱਪਿਆ ਹੋਇਆ ਸਿਆਰ ਮੈਂ ਬੈਠਾ ਹਾਂ

ਜ਼ੁਬਾਨ ਦਾ ਬੜਾ ਮਿੱਠਾ ਹਾਂ ਸੱਜਣਾਂ

'ਠੂਹੇਂ ਕੇਰਨ ਨੂੰ ਤਿਆਰ ਮੈਂ ਬੈਠਾ ਹਾਂ

ਦੁਨੀਆਂ ਚਾਹੇ ਢਾਹੇ ਨਾ ਢਾਹੇ

ਢਾਹਾ ਲਾਉਣ ਨੂੰ ਬਰਕਰਾਰ ਮੈਂ ਬੈਠਾ ਹਾਂ

ਦੋ ਕਦਮ ਅਗਾਂਹ ਨੂੰ ਵਧਾ ਕੇ ਤਾਂ ਦੇਖ

ਟੰਗ ਖਿੱਚਣ ਨੂੰ ਤਿਆਰ ਮੈਂ ਬੈਠਾ ਹਾਂ

63) ਪਰਦੂਸ਼ਣ ਮੁਕਤ ਦਿਵਾਲੀ

ਚਲ ਆਪਾਂ ਪੱਟਾਕੇ ਚਲਾਈਏ

ਅੰਦਰ ਬੈਠੇ ਛੋਟੇ ਅਤੰਕੀ ਨੂੰ

ਥੋੜੀ ਜਹੀ ਰਾਹਤ ਦਿਵਾਈਏ

ਛੋਟਾ ਰਾਵਣ ਹੈ ਅੰਦਰ ਬੈਠਾ

ਠਾਹ-੨ ਕਰਕੇ ਰਾਵਣ ਰਿਝਾਈਏ

ਚਲ ਆ ਆਪਾਂ ਪੱਟਾਕੇ ਚਲਾਈਏ

ਗੀਤ-ਸੰਗੀਤ ਨਾਲ ਅਤੰਕੀ ਨਹੀਂ ਰੀਝਦਾ

ਚੀਕਦੀਆਂ-ਸ਼ੂਕਦੀਆਂ ਹਵਾਈਆਂ ਚਲਾਈਏ

ਦਿਹਸ਼ਤ ਭਰੀਆਂ ਬੰਬਾਂ ਦੀਆਂ ਅਵਾਜ਼ਾਂ

ਜੀਵ-ਜੰਤੂਆਂ ਨੂੰ ਰੂਹ ਤੋਂ ਕੰਬਾਈਏ

ਚਲ ਆਪਾਂ ਅਤੰਕੀ ਰਿਝਾਈਏ

ਰਲ ਕੇ ਆਪਾਂ ਪੱਟਾਕੇ ਚਲਾਈਏ

ਦੂਸ਼ਿਤ ਕਰੀਏ ਰਲ ਫਿਜ਼ਾਵਾਂ ਨੂੰ

ਸਾਹ ਲੈਣਾ ਵੀ ਔਖਾ ਬਣਾਈਏ

ਚਲ ਆਪਾਂ ਅਤੰਕੀ ਰਿਝਾਈਏ

ਸੀਤਲਤਾ ਦਾ ਹਰਣ ਜੋ ਕਰਦਾ

ਰਾਵਣ ਫਿਰ ਜੀਉਦਾ ਕਰ ਦਿਖਾਈਏ....

ਪਵਨ ਨੂੰ ਦੂਸ਼ਿਤ ਨਾ ਕਰੋ ਓ ਬੰਦਿਉ

ਪਵਨ ਪੁੱਤਰ ਦੀ ਜੈ-ਜੈ ਕਾਰ ਕਰ ਦਿਖਾਈਏ

ਰਲ ਸ਼ਾਂਤ ਤੇ ਸਾਫ ਦਿਵਾਲੀ ਮਨਾਈਏ

ਸ਼੍ਰਿਸ਼ਟੀ ਦੇ ਕਣ-੨ 'ਚ ਰਾਮ ਹੈ ਵਸਦਾ

ਫਿਜ਼ਾਵਾਂ ਨੂੰ ਸਾਫ ਬਣਾਈਏ

ਚੋਗਿਰਦਾ ਸੁਹਿਰਦ ਬਣਾਈਏ

ਆਪਾਂ ਰਲ ਐਸੀ ਦਿਵਾਲੀ ਮਨਾਈਏ

64) ਮਰਯਾਦਾ ਪੁਰਸ਼ੋਤਮ

ਉਹ ਮੇਰੇ ਚਿਤ ਵਿਚ ਬੈਠਾ
ਮਰਿਆਦਾ ਨੂੰ ਨਿਭਾਂਦਾ ਹੈ
ਮੇਰੇ ਅੰਦਰ ਛੁਪੇ ਰਾਖਸ਼ਾਂ ਨੂੰ
ਤੀਰ ਮਾਰ-ਮਾਰ ਗਿਰਾਂਦਾ ਹੈ
ਪਰਾਏ ਹਕ ਦਾ ਹਰਣ ਜੋ ਕਰਦੀ
ਆਸੁਰੀ ਸੋਚ ਨੂੰ ਮਾਰ ਮੁਕਾਂਦਾ ਹੈ
ਮਰਿਆਦਾ ਧਰਮ ਨੂੰ ਪਾਲਣ ਵਾਸਤੇ
ਔਖਾ ਤਿਆਗ ਵੀ ਕਰ ਦਿਖਾਂਦਾ ਹੈ
ਉਹ ਤਾਂ ਮੇਰੇ ਦਸ਼ਰਥ ਦਾ ਜਾਇਆ
ਪੁਤਰ ਧਰਮ ਨੂੰ ਪਾਲ ਦਿਖਾਂਦਾ ਹੈ
ਭਰਾਤਾ ਧਰਮ ਤੇ ਪਿਆਰ ਦੀ ਖਾਤਰ
ਬਣਾਂ ਵਿਚ ਵਾਸ ਵੀ ਕਰ ਦਿਖਾਂਦਾ ਹੈ
ਪਤਨੀ ਧਰਮ ਤੇ ਪਿਆਰ ਦੀ ਖਾਤਰ
ਰਾਵਣ ਨੂੰ ਮਾਰ ਮੁਕਾਂਦਾ ਹੈ
ਉਹ ਤਾਂ ਮੇਰੇ ਅੰਦਰ ਬੈਠਾ
ਸਾਰੰਗਪਾਣੀ ਉਹ ਹੀ ਰਾਮ ਹੈ
ਮਰਿਆਦਾ ਪੁਰਸ਼ੋਤਮ ਨਾਮ ਹੈ ਉਸਦਾ

ਕਣ- ਕਣ ਵਿਚ ਵਸਦਾ ਰਾਮ ਹੈ

ਮਰਿਆਦਾ ਪੁਰਸ਼ੋਤਮ ਨਾਮ ਹੈ ਉਸਦਾ

ਕਣ-ਕਣ ਵਿਚ ਵਸਦਾ ਰਾਮ ਹੈ

65) ਗੁਲਾਬ ਦੇ ਫੁੱਲ ਨਾਲ ਇਕ ਗੁਫ਼ਤਗੂ

ਬਗ਼ੀਚੇ 'ਚ ਮੈਂ ਸੈਰ ਸੀ ਕਰਦਾ

ਇਕ ਫੁੱਲ ਨੂੰ ਮੈਂ ਸੀ ਪੁੱਛਿਆ

ਕੀ ਰਾਜ਼ ਹੈ ਤੇਰੇ ਹੁਸਨ ਦਾ

ਹੱਸ ਕੇ ਰੋਜ਼ ਤੇਰੇ ਖਿੱਲਣ ਦਾ

ਅਤੇ ਖਿੜੇ ਮੱਥੇ ਮੈਨੂੰ ਮਿਲਣ ਦਾ

ਉਸ ਨੇ ਹੱਸ ਕੇ ਦਿੱਤਾ ਜਵਾਬ,

"-ਹਾਂ ਨਿੱਕਾ ਗੁਲਾਬ

.......ਭਾਵੇਂ ਜਨਾਬ

ਤਾਸੀਰ ਹੈ ਮੇਰੀ ਖਿੱਲਣਾ

ਤਾਸੀਰ ਹੈ ਮੇਰੀ ਮਹਿਕਣਾ

ਮੈਂ ਡੋਡੀਆਂ ਤੋਂ ਨਹੀਂ ਹਾਂ ਸੜਦਾ

ਮੈਂ ਭੰਵਰਿਆਂ ਤੋਂ ਨਹੀਂ ਹਾਂ ਡਰਦਾ

ਲਾਗਲੇ ਫੁੱਲ ਵੀ ਨੇ ਖ਼ਿੱਲਦੇ

ਰੱਲ ਮਹਿਕਾਂ ਮੈਂ ਹਾਂ ਵੰਡਦਾ

ਕਿਸੇ ਤੋਂ ਨਹੀਂ ਹਾਂ ਸੜਦਾ

ਕਿਸੇ ਤੋਂ ਨਹੀਂ ਹਾਂ ਡਰਦਾ

ਮੇਰਾ ਕੰਮ ਹੈ ਗੁਲਸ਼ਨ 'ਚ ਖਿੱਲਣਾ

ਮੇਰਾ ਕੰਮ ਹੈ ਮਹਿਕਾਂ ਨੂੰ ਵੰਡਣਾ

ਨਿਸ਼ੰਗ ਮੈਂ ਹਾਂ ਖਿੱਲਦਾ

ਨਿਧੜੱਕ ਮੈਂ ਹਾਂ ਖਿਲਦਾ

ਮੇਕ-ਅਪ ਸ਼ਿੰਗਾਰ ਨਹੀਂ ਕਰਦਾ

ਕਿਸੇ ਤੋਂ ਨਹੀਂ ਹਾਂ ਡਰਦਾ

ਮੇਰਾ ਕੰਮ ਹੈ ਗੁਲਸ਼ਨ 'ਚ ਖਿੱਲਣਾ

ਮੇਰਾ ਕੰਮ ਹੈ ਮਹਿਕਾਂ ਨੂੰ ਵੰਡਣਾ

ਮੈਂ ਹਰ ਪੱਲ ਹਾਂ ਜ਼ਿੰਦਗੀ ਮਾਣਦਾ

ਹੋਰ ਕੁੱਛ ਨਹੀਂ ਹਾਂ ਜਾਣਦਾ

ਹਸੀਨ ਜ਼ੁਲਫ਼ਾਂ 'ਚ ਮੈਂ ਹਾਂ ਸੱਜਦਾ

ਪੱਲ-ਪੱਲ ਜੀ ਕੇ ਹਾਂ ਰੱਜਦਾ

ਕੋਈ ਕਿਤਾਬਾਂ 'ਚ ਮੈਨੂੰ ਹੈ ਰੱਖਦਾ

ਕੋਈ ਚਿੱਠੀ 'ਚ ਮੈਨੂੰ ਹੈ ਘੱਲਦਾ

ਮੱਰ ਕੇ ਵੀ ਹਾਂ ਮੈਂ ਜੀਂਵਦਾ

ਕਿਉਂ ਕਿ ਤਾਸੀਰ ਹੈ ਮੇਰੀ ਜੀਵਣਾਂ

ਤਾਸੀਰ ਹੈ ਮੇਰੀ ਖਿੱਲਣਾ

ਤਾਸੀਰ ਹੈ ਮੇਰੀ ਮਹਿਕਣਾ

ਰੱਲ ਦੂਜਿਆਂ ਦੇ ਸੰਗ ਟਹਿਕਣਾਂ

ਮੇਰਾ ਕੰਮ ਹੈ ਗੁਲਸ਼ਨ 'ਚ ਖਿੱਲਣਾ

ਮੇਰਾ ਕੰਮ ਹੈ ਮਹਿਕਾਂ ਨੂੰ ਵੰਡਣਾ "...

ਕਈ ਸਬਕ ਸਿਖਾ ਗਿਆ ਮੈਨੂੰ ਗੁਲਾਬ

ਉਹ ਨਿੱਕਾ ਜਿਹਾ ਸੁਹਣਾ ਗੁਲਾਬ

ਸ਼ੁਕਰੀਆ ਤੇਰਾ ਸੁੰਦਰ ਗੁਲਾਬ

ਸ਼ੁਕਰੀਆ ਤੇਰਾ ਸੁੰਦਰ ਗੁਲਾਬ

66) ਮਿੱਟੀਏ ਨੀ ਮਿੱਟੀਏ

ਮਿੱਟੀਓ ਮਿੱਟੀ ਇਹ ਜਗ ਹੈ ਮਿੱਟੀ

ਬਹੁਤਾ ਗੁਮਾਨ ਨਾ ਕਰਿਆ ਕਰ

ਨਿੰਦਾ-ਚੁਗਲੀ ਲੱਖ ਵਾਰ ਕੋਈ ਕਰਦਾ

ਧੀਰਜ ਬੰਦਿਆ ਤੂੰ ਧਰਿਆ ਕਰ

ਹੱਕ ਪਰਾਇਆ ਮਾਰੀਂ ਨਾ ਕਦੇ ਵੀ

ਬਹੁਤੇ ਲਾਲਚ ਵਿੱਚ ਨਾ ਐਂਵੇ ਮਰਿਆ ਕਰ

ਕਰਮਾਂ ਸੰਦੜਾ ਖੇਤ ਇਸ ਜੱਗ ਦਾ

ਪਰਾਈ ਖੇਤੀ ਨੂੰ ਕਦੇ ਵੀ ਨਾ ਚਰਿਆ ਕਰ

ਦਾਤਾਂ ਦਾਤਾ ਦਿੰਦਾ ਸਭ ਨੂੰ

ਦੂਜਿਆਂ ਨੂੰ ਦੇਖ ਕੇ ਐਵੇਂ ਨਾ ਸੜਿਆ ਕਰ

ਭੈੜੀ ਸੋਚ ਤੇ ਕੁਸੰਗਤ ਮਾੜੀ

ਚੰਗਿਆਂ ਦਾ ਲੜ ਹੀ ਫੜਿਆ ਕਰ

ਦਿਲ ਦਰਿਆ ਸਮੁੰਦਰੋਂ ਡੂੰਘੇ

ਹਾਸੇ ਖੇੜਿਆਂ ਦੇ ਦਰਿਆਵਾਂ ਚ ਤਰਿਆ ਕਰ

ਸਿਰਜਣਹਾਰ ਤੇ ਪਾਲਣਹਾਰ ਉਹ ਦਾਤਾ

ਉਸ ਦਾਤੇ ਦਾ ਸ਼ੁਕਰ ਤੂੰ ਕਰਿਆ ਕਰ

67) ਇਨਸਾਨ ਹਾਂ ਜਾਂ ਹੈਵਾਨ ਹਾਂ

ਇਹ ਕਿੱਦਾਂ ਦਾ ਮੈਂ ਇਨਸਾਨ ਹਾਂ
ਇਨਸਾਨ ਹਾਂ ਜਾਂ ਹੈਵਾਨ ਹਾਂ
ਬਗ਼ਲ 'ਚ ਛੁਰੀ ਮੂੰਹ 'ਚ ਰਾਮ
ਛੁੱਪਿਆ ਹੋਇਆ ਸ਼ੈਤਾਨ ਹਾਂ
ਇਹ ਕਿੱਦਾਂ ਦਾ ਮੈਂ ਇਨਸਾਨ ਹਾਂ

ਮੈਂ ਨਾਮ ਦੀ ਇਨਸਾਨੀਅਤ ਕਰਦਾ ਹਾਂ
ਧਰਮ ਦੇ ਮਖੌਟੇ 'ਚ ਹੈਵਾਨੀਅਤ ਕਰਦਾ ਹਾਂ
ਕੋਈ ਧਰਮ ਨਹੀਂ ਸਿਖਾਉਂਦਾ ਹੈਵਾਨੀਅਤ
ਕਹਿੰਦਾ ਕਹਾਉਂਦਾ ਮੈਂ ਸੂਝਵਾਨ ਹਾਂ
ਇਹ ਕਿੱਦਾਂ ਦਾ ਮੈਂ ਇਨਸਾਨ ਹਾਂ

ਮੂੰਹ ਦਾ ਮਿੱਠਾ ਨਾ ਕੋਈ ਮੇਰੇ ਵਰਗਾ
ਅੰਦਰੋਂ ਤਿੱਖਾ ਨਾ ਕੋਈ ਮੇਰੇ ਵਰਗਾ
ਮਾਂਹ ਦੇ ਆਟੇ ਵਰਗੀ ਮੇਰੀ ਆਕੜ
ਨਿਰਾ ਫ਼ੋਕਾ ਮੈਂ ਭਲਵਾਨ ਹਾਂ
ਇਹ ਕਿੱਦਾਂ ਦਾ ਮੈਂ ਇਨਸਾਨ ਹਾਂ

ਦਿਆਨਤਦਾਰੀ ਦੀ ਫ਼ਿਤਰਤ ਮੈਂ ਦੱਸਦਾ ਹਾਂ

ਅੰਦਰੋਂ ਦੂਜਿਆਂ ਨੂੰ ਨਫ਼ਰਤ ਮੈਂ ਕਰਦਾ ਹਾਂ

ਫ਼ੋਕੀਆਂ ਕਦਰਾਂ ਦਾ ਕਦਰਦਾਨ ਹਾਂ

ਇਹ ਕਿੱਦਾਂ ਦਾ ਮੈਂ ਇਨਸਾਨ ਹਾਂ

ਇਨਸਾਨ ਹਾਂ ਜਾਂ ਹੈਵਾਨ ਹਾਂ

68) ਉੱਡ ਜਾ ਕਬੂਤਰਾ

ਉੱਡ ਜਾ ਕਬੂਤਰਾ ਕਾਲਿਆ

ਸੁਨੇਹਾ ਲੈ ਜਾ ਕਰਮਾਂ ਵਾਲਿਆ

ਗੁਜ਼ਰੇ ਪਲ ਜਿਵੇਂ ਹੁਣੇ ਹੀ ਗੁਜ਼ਰੇ

ਯਾਦਾਂ ਦਾ ਮਹਿਲ ਹੈ ਅਸਾਂ ਬਣਾ ਲਿਆ

ਯਾਦਾਂ ਵਾਂਗ ਕੁੱਛ ਮੋਤੀ-ਮਣਕੇ

ਯਾਦਾਂ ਨੂੰ ਅਸਾਂ ਹੈ ਖਾ ਲਿਆ

ਵਕਤ ਮੱਥੇ ਤੇ ਲੇਖ ਹੈ ਲਿਖਦਾ

ਵੱਖਰਾ ਲੇਖ ਹੈ ਅਸਾਂ ਲਿਖਾ ਲਿਆ

ਉੱਡ ਜਾ ਕਬੂਤਰਾ ਕਾਲਿਆ

ਸੁਨੇਹਾ ਲੈ ਜਾ ਕਰਮਾਂ ਵਾਲਿਆ

69) ਜਜ਼ਬਾਤ

ਹੰਝੂਆਂ ਵਿਚੋਂ ਲਖਾਂ ਹੀ ਜਜ਼ਬਾਤ ਨਜ਼ਰ ਆਂਦੇ ਨੇ

ਹਰ ਇਕ ਨਜ਼ਮ ਦੇ ਵਿੱਚੋਂ ....

ਕੁੱਛ ਜਜ਼ਬਾਤ ਨਜ਼ਰ ਆਂਦੇ ਨੇ

ਕੁੱਛ ਮਿੱਠੇ ਤੇ ਕੁਛ ਤਿੱਖੇ

ਖ਼ਿਆਲਾਤ ਨਜ਼ਰ ਆਂਦੇ ਨੇ

ਜੀਵਨ ਦੇ ਪੱਲ ਮੋਤੀਆਂ ਵਾਂਗ ਬੜੇ ਕੀਮਤੀ

ਵੰਨ-ਸਵੰਨੀ ਇਹ ਤਾਂ ਸੌਗਾਤ ਨਜ਼ਰ ਆਂਦੇ ਨੇ

ਢਲਦਾ-੨ ਹਰ ਦਿਨ ਹੈ ਢਲਦਾ

ਪੱਲ-੨ ਦਿਨ ਤੇ ਰਾਤ ਨਜ਼ਰ ਆਂਦੇ ਨੇ

ਫੁੱਲਾਂ ਨਾਲ ਕਈ ਕੰਡੇ ਵੀ ਉਗਦੇ

ਸ਼ਾਖਾਵਾਂ ਉੱਤੇ ਸਾਵੇ-੨ ਪਾਤ ਨਜ਼ਰ ਆਂਦੇ ਨੇ

ਖਿਆਲਾਂ ਦੇ ਪਰਿੰਦੇ ਪਰ ਮਾਰਦੇ ਜੰਗਲਾਂ 'ਚ

ਯਾਦਾਂ ਦੇ ਸੰਘਣੇ ਮੈਨੂੰ ਜੰਗਲਾਤ ਨਜ਼ਰ ਆਂਦੇ ਨੇ

ਵੱਢ-ਵੱਢ ਖਾਂਦੀਆਂ ਮੈਨੂੰ ਔਖੇ ਸਮੇਂ ਦੀਆਂ ਯਾਦਾਂ

ਚੰਦਰੇ ਖਿਆਲ ਵੀ ਵਾਂਗ ਦਾਤ ਨਜ਼ਰ ਆਂਦੇ ਨੇ

ਮੁੱਕਦੀ ਕਿਉ ਨਹੀਂ ਬਿਰਹਾ ਦੀ ਸਿਆਹੀ

ਪੱਲ-੨ ਵਾਂਗ ਸਿਆਹੀ ਦੀ ਦਵਾਤ ਨਜ਼ਰ ਆਂਦੇ ਨੇ

ਛਲਕ ਪੈਂਦੇ ਕਦੇ-ਕਦਾਈਂ ਨੈਣ ਮੇਰੇ ਕਮਲੇ

ਹੰਝੂਆਂ ਵਿਚੋਂ ਲਖਾਂ ਹੀ ਜਜ਼ਬਾਤ ਨਜ਼ਰ ਆਂਦੇ ਨੇ

70) ਸਾਗਰ-ਮੰਥਨ

ਸਾਗਰ-ਮੰਥਨ ਮੇਰੇ ਅੰਦਰ ਹੈ ਹੁੰਦਾ

ਦਸ ਕਿਸ ਚੀਜ਼ ਤੇ ਹਕ ਜਮਾਵਾਂ ਮੈਂ

ਪਾਪ-ਪੁੰਨ ਦੀ ਫਸਲ ਹੈ ਬੀਜੀ

ਅੱਕ ਦੀ ਫਸਲ ਕਿਵੇਂ ਮੁਕਾਵਾਂ ਮੈਂ

ਸਾਗਰ-ਮੰਥਨ ਚੋਂ ਵਿਸ਼ ਵੀ ਨਿਕਲੀ

ਨੀਲ-ਕੰਠ ਨੂੰ ਕਿੱਥੋਂ ਬੁਲਾਵਾਂ ਮੈਂ

ਨੀਲ-ਕੰਠ ਤਾਂ ਮੇਰੀ ਸੁਰਤ 'ਚ ਬੈਠਾ

ਸ਼ਬਦ-ਸੁਰਤ ਨੂੰ ਕਿਵੇਂ ਜਗਾਵਾਂ ਮੈਂ

ਪੀ ਅਮ੍ਰਿਤ ਦੇ ਦੋ ਘੁਟ ਮੰਥਨ 'ਚੋਂ

ਸੁਰਤੀ 'ਚ ਅਲਖ ਜਗਾਵਾਂ ਮੈਂ

ਪੁੰਨ ਕੀਤੇ ਮਾਨਸ ਜਨਮ ਹੈ ਮਿਲਿਆ

ਮੰਥਨ ਚੋਂ ਪੁੰਨਾਂ ਨੂੰ ਚੁਗ ਦਿਖਾਵਾਂ ਮੈਂ

71) ਰੂਹ ਦੀ ਆਵਾਜ਼

ਗੁਰੂ ਨਾਨਕ ਮੇਰੇ ਅੰਦਰ ਬੈਠਾ

ਉਹ ਹਾਲੇ ਵੀ ਤਕੜੀ ਤੋਲਦਾ ਹੈ

ਪਾਪ ਕਰਮ ਤੋਂ ਹਰਦਮ ਹੈ ਰੋਕਦਾ

ਚੁਪਕੇ ਜਹੀ ਅੰਦਰੋਂ ਉਹ ਬੋਲਦਾ ਹੈ

ਹੱਕ ਪਰਾਇਆ ਮਾਰਨ ਤੋਂ ਰੋਕੇ

ਕੁਫ਼ਰ ਨਹੀਂ ਉਹ ਤੋਲਦਾ ਹੈ

ਸਾਰਿਆਂ 'ਚ ਇੱਕੋ ਆਪ ਹੈ ਵਸਦਾ

ਕਪਾਟ ਅੰਦਰੋਂ ਉਹ ਖੋਲਦਾ ਹੈ

ਰੂਹ ਦੀ ਅਵਾਜ਼ ਜਿਹੜੀ ਅੰਦਰੋਂ ਆਉਂਦੀ

ਉਹੀਉ ਤਾਂ ਨਾਨਕ ਬੋਲਦਾ ਹੈ

ਮਾੜਾ ਕਰਮ ਕਰਨ ਤੋਂ ਰੋਕੇ

ਉਹ ਹਾਲੇ ਵੀ ਤਕੜੀ ਤੋਲਦਾ ਹੈ

ਵੱਖਰੀ ਹੈ ਗੱਲ ਅਸੀਂ ਸੁਣਦੇ ਨਹੀਂ

ਕੋਈ-੨ ਹੀ ਅਵਾਜ਼ ਨੂੰ ਗੌਲਦਾ ਹੈ

ਮਾੜਾ ਕਰਮ ਕਰਨ ਤੋਂ ਰੋਕੇ

ਉਹ ਹਾਲੇ ਵੀ ਤਕੜੀ ਤੋਲਦਾ ਹੈ

72) 12-ਸਿਤੰਬਰ...ਸਾਰਾਗੜ੍ਹੀ

ਮੈਂ ਇਤਿਹਾਸ ਹਾਂ ਬੋਲਦਾ
ਬੰਦ ਪਏ ਪੰਨੇ ਹਾਂ ਫੋਲਦਾ

ਦੇਰ ਨਹੀਂ ਹੋਈ ਹੈ ਸ਼ਾਇਦ
ਸਾਰਾਗੜ੍ਹੀ ਦੀ ਆਵਾਜ਼ ਮੈਂ ਸ਼ਾਇਦ
ਗੜ੍ਹਗੱਜ ਜੈਕਾਰੇ ਹਾਂ ਬੋਲਦਾ
ਮੈਂ ਇਤਿਹਾਸ ਹਾਂ ਬੋਲਦਾ

ਪਸ਼ਤੋ-ਅਫ਼ਗਾਨ ਅਤੇ ਪਠਾਨ
ਚੌਦ੍ਹਾਂ ਹਜ਼ਾਰ ਬੜੇ ਸ਼ੈਤਾਨ
ਇੱਕੀ ਸਿੰਘਾਂ ਦੀ ਫੌਜ ਹੈ ਅੱਗੋਂ
ਸੱਚੋ-ਸੱਚ ਮੈਂ ਸੱਚ ਹਾਂ ਬੋਲਦਾ
ਮੈਂ ਇਤਿਹਾਸ ਹਾਂ ਬੋਲਦਾ

ਇੱਕੀ ਫ਼ੌਜੀਆਂ ਦੀ ਕਿਲ੍ਹੇ 'ਚ ਟੋਲੀ
ਬੋਲੇ ਸੋ ਨਿਹਾਲ ਸੀ ਬੋਲੀ
ਚੌਦ੍ਹਾਂ ਹਜ਼ਾਰ ਅਫ਼ਗਾਨਾਂ ਦੀ ਪਲਟਨ

ਧੁਰ ਅੰਦਰੋਂ ਸੀ ਥਰ-ਥਰ ਡੋਲੀ

ਸਿਰ ਤਲੀ ਤੇ ਧਰ ਕੇ ਫ਼ੌਜੀ ਸਨ ਲੜੇ

ਸੱਚੋ-ਸੱਚ ਨਹੀਂ ਕੁਫ਼ਰ ਤੋਲਦਾ

ਮੈਂ ਇਤਿਹਾਸ ਹਾਂ ਬੋਲਦਾ

ਜੱਗ 'ਚ ਐਸੀ ਜੰਗ ਨਾ ਹੋਈ

ਇਸ ਜੰਗ ਵਰਗੀ ਨਹੀਂ ਮਿਸਾਲ ਹੈ ਕੋਈ

ਜਾਨਾਂ ਵਾਰ ਕੇ ਰੱਖਿਆ ਸਿੰਘਾਂ ਨੇ ਕੀਤੀ

ਸੱਚੋ-ਸੱਚ ਨਹੀਂ ਕੁਫ਼ਰ ਤੋਲਦਾ

ਮੈਂ ਇਤਿਹਾਸ ਹਾਂ ਬੋਲਦਾ

12-ਸਤੰਬਰ ਸੰਨ 1897 ਨੂੰ

ਇਹ ਅਦਭੁਤ ਜੰਗ ਜੋ ਲੜੀ ਗਈ ਸੀ

21-ਸਿੰਘਾਂ ਦੀ ਸ਼ਹਾਦਤ ਲਾਸਾਨੀ

ਖ਼ਬਰਨਾਮਿਆਂ ਵਿੱਚ ਪੜ੍ਹੀ ਗਈ ਸੀ

ਚੌਦ੍ਹਾਂ ਹਜ਼ਾਰਾਂ ਨਾਲ ਇੱਕੀ ਫ਼ੌਜੀ ਸਨ ਲੜੇ

ਸੱਚੋ-ਸੱਚ ਮੈਂ ਤੱਥ ਹਾਂ ਬੋਲਦਾ

ਮੈਂ ਇਤਿਹਾਸ ਹਾਂ ਬੋਲਦਾ

ਅੱਜ ਵੀ ਵਲੈਤ ਵਿੱਚ ਗੋਰੇ

ਇਸ ਜੰਗ ਨੂੰ ਕਰਦੇ ਨੇ ਯਾਦ

ਸ਼ਹਾਦਤਾਂ ਦੇ ਜਾਮ ਪੀ-੨ ਕੇ ਵੀਰਾਂ ਨੇ

ਵਤਨ ਆਪਣਾਂ ਕਰਵਾਇਆ ਆਜ਼ਾਦ

ਇਤਿਹਾਸ ਦੀਆਂ ਕਿਤਾਬਾਂ 'ਚ ਹੈ ਛੱਪਿਆ

ਸੱਚੋ-ਸੱਚ ਮੈਂ ਤੱਥ ਹਾਂ ਬੋਲਦਾ

ਮੈਂ ਇਤਿਹਾਸ ਹਾਂ ਬੋਲਦਾ

ਬੰਦ ਪਏ ਪੰਨੇ ਹਾਂ ਫੋਲਦਾ....

73) ਉਧਾਰੇ ਖੰਭ

ਕਿਤੇ ਕਿਸੇ ਦੰਦ ਕਥਾ 'ਚੋਂ

ਖੰਭ ਮੈਂ ਵੀ ਉਧਾਰੇ ਲਗਾ ਲਵਾਂ

ਕਿਸੇ ਹਰੇ ਭਰੇ ਰੁੱਖੜੇ ਤੇ

ਕੱਖਾਂ ਦਾ ਆਲ੍ਹਣਾ ਮੈਂ ਵੀ ਬਣਾ ਲਵਾਂ

ਨਾ ਗਰਮੀ ਦੀ ਪਰਵਾਹ ਹੋਵੇ

ਨਾ ਸਰਦੀ ਦਾ ਕੋਈ ਡਰ ਹੋਵੇ

ਅੰਬਰਾਂ 'ਚ ਕਿਤੇ ਇਕ ਉਡਾਰੀ

ਮੈਂ ਵੀ ਕਿਧਰੇ ਲਗਾ ਲਵਾਂ

ਦੁਨੀਆਂ ਦੇ ਝਮੇਲੇ ਪਿੱਛੇ ਛੱਡ ਕੇ

ਤੇਰੀ ਮੇਰੀ ਕਿਤੇ ਪਰਾਂਹ ਨੂੰ ਸੁੱਟ ਕੇ

ਦੋ ਚਾਰ ਕੱਖ ਇਕੱਠੇ ਕਰਕੇ

ਆਸ਼ੀਆਨਾ ਕਿਤੇ ਬਣਾ ਲਵਾਂ

ਕੱਖਾਂ ਦਾ ਆਲ੍ਹਣਾ ਕਿਤੇ ਬਣਾ ਲਵਾਂ

ਅੰਬਰਾਂ ਚ ਇਕ ਉਡਾਰੀ ਕਿਤੇ ਲਗਾ ਲਵਾਂ

74) ਬੇਰੰਗ ਚਿੱਠੀ

ਬੋਲ ਮੇਰੇ ਬੇਰੰਗ ਚਿੱਠੀ ਦੇ

ਚਲ ਡਾਕ ਦੇ ਢੋਲ 'ਚ ਪਾ ਆਵਾਂ

ਮਾਰਫ਼ਤ ਪਤਾ ਨਹੀਂ ਪਤਾ

ਦੋ ਚਾਰ ਬੂਹੇ ਖੜਕਾ ਆਵਾਂ

ਬੋਲਾਂ ਦਾ ਨਹੀਂ ਕੋਈ ਸਿਰਨਾਵਾਂ

ਇਬਤੇਦਾ ਸੱਜਣਾਂ ਤੋਂ ਕਹਾ ਆਵਾਂ

ਇੰਤਹਾ ਇੰਤਜ਼ਾਰ ਦੀ ਹੋਣ ਤੋਂ ਪਹਿਲਾਂ

ਗਲੀ ਸੱਜਣਾਂ ਦੀ ਫੇਰੀ ਮੈਂ ਪਾ ਆਵਾਂ

ਬੋਲ ਮੇਰਿਆਂ ਤੇ ਵੀ ਸ਼ਾਇਦ ਮੋਹਰ ਲੱਗ ਜਾਏ

ਬੇਰੰਗ ਚਿੱਠੀ ਦਾ ਮੁੱਲ ਪੁਆ ਆਵਾਂ

ਅੱਖਰਾਂ ਦੇ ਮੋਤੀ ਮਾਲਾ 'ਚ ਪਰੋਵਾਂ

ਸ਼ਬਦ ਲੜੀ ਕੋਈ ਸਜਾ ਆਵਾਂ

ਬੋਲ ਮੇਰੇ ਬੇਰੰਗ ਚਿੱਠੀ ਦੇ

ਚਲ ਡਾਕ ਦੇ ਢੋਲ 'ਚ ਪਾ ਆਵਾਂ

75) ਵੰਸ਼ਜ

ਮੈਂ ਜੰਜ਼ੀਰਾਂ 'ਚੋਂ ਮੁਕਤ ਹੋਏ

ਗਰੀਬ ਗੁਲਾਮਾਂ ਦਾ ਵੰਸ਼ਜ ਹਾਂ

ਸਦੀਆਂ ਤੋਂ ਦਰਦ ਹੰਡਾਂਦੇ

ਗੁਲਾਮਾਂ ਦਾ ਵੰਸ਼ਜ ਹਾਂ

ਹਜ਼ਾਰਾਂ ਸਾਲਾਂ ਦੀ ਲੁੱਟਾਂ

ਦੇ ਮਾਰਿਆਂ ਦਾ ਵੰਸ਼ਜ ਹਾਂ

ਖੱਦਰ ਦੀਆਂ ਲੀਰਾਂ ਨੂੰ ਗੰਢਦੀ

ਚਾਕ ਦਾਮਨ ਨਾਲ ਜੀਆਂ ਨੂੰ ਕੱਜਦੀ

ਸੱਦੀਆਂ ਤੋਂ ਦਰਦ ਹੰਡਾਂਦੀ

ਭਾਰਤ ਮਾਂ ਦਾ ਵੰਸ਼ਜ ਹਾਂ

ਜਿਸ ਦੇ ਹੀਰੇ ਅੱਜ ਵੀ ਪਰਾਏ

ਲੁੱਟੇਰਿਆਂ ਨੇ ਤਾਜਾਂ ਵਿੱਚ ਸੱਜਾਏ

ਅੱਜ ਵੀ ਮਜ਼ਦੂਰੀ ਕਰਦੇ

ਪੱਛਮਾਂ ਵਿੱਚ ਢਿੱਡਾਂ ਦੇ ਜਾਏ

ਮੈਂ ਹਜ਼ਾਰਾਂ ਸਾਲਾਂ ਦੇ ਗੁਲਾਮ

ਲਿਤਾੜੇ ਮੁਲਕ ਦਾ ਵੰਸ਼ਜ ਹਾਂ

ਕੁੱਛ ਹੀ ਦਹਾਕਿਆਂ ਤੋਂ ਆਜ਼ਾਦ

ਭਾਰਤ ਦੇਸ਼ ਦਾ ਵੰਸ਼ਜ ਹਾਂ

ਮਜਾਲ ਹੁਣ ਨਹੀਂ ਕਿਸੇ ਦੀ ਚੱਲਣੀ

ਸ਼ਰਾਰਤ ਹੁਣ ਨਹੀਂ ਕਿਸੇ ਦੀ ਚੱਲਣੀ

ਮੰਗਲ ਗ੍ਰਿਹ ਤੇ ਪਹੁੰਚਣ ਵਾਲੇ

ਪੁਲਾੜਾਂ 'ਚ ਵੀ ਚਮਕਣ ਵਾਲੇ

ਰਣ-ਯੁੱਧ 'ਚ ਗਰਜਣ ਵਾਲੇ

ਸਭ ਤੋਂ ਵੱਡੇ ਲੋਕਤੰਤਰ ਵਾਲੇ

ਆਜ਼ਾਦ ਦੇਸ਼ ਦਾ ਵੰਸ਼ਜ ਹਾਂ

ਕੁੱਛ ਹੀ ਦਹਾਕਿਆਂ ਤੋਂ ਆਜ਼ਾਦ

ਭਾਰਤ ਦੇਸ਼ ਦਾ ਵੰਸ਼ਜ ਹਾਂ

76) ਜੀਵਨ ਦੀਆਂ ਚੁਸਕੀਆਂ

ਜੀਵਨ ਤਾਂ ਚਾਹ ਦੇ ਕੱਪ ਵਾਂਗੂੰ

ਲੈਂਦੇ ਰਹੋ ਜੀਵਨ ਦੀਆਂ ਚੁਸਕੀਆਂ

ਨਾ ਰਹਿਣੇ ਇਹ ਮੁਹੱਲੇ ਨੇ

ਰਹਿਣੀਆਂ ਨਹੀਂ ਇਹ ਬਸਤੀਆਂ

ਦੁਨੀਆਂ ਹੋ ਗਈ ਧਾਤੂ ਦੀ

ਇਹ ਕਹਿੰਦੀਆਂ ਸੁਹਣੀਆਂ ਹਸਤੀਆਂ

ਕਦਰਾਂ ਕੀਮਤਾਂ ਦਾ ਵੀ ਖਿਆਲ ਰਖਿਉ
ਕਿਤੇ ਹੋ ਜਾਣ ਨਾ ਬਹੁਤੀਆਂ ਸਸਤੀਆਂ
ਦੁੱਧ ਚਾਹ ਭਾਵੇਂ ਹੋ ਗਈ ਹੈ ਮਹਿੰਗੀ
ਲੈਂਦੇ ਰਹੋ ਜੀਵਨ ਦੀਆਂ ਚੁਸਕੀਆਂ

ਕਿਉ ਜੋ ਰਹਿਣਾ ਨਹੀਂ ਕਿਸੇ ਨੇ ਜਗ ਤੇ

ਮੁੱਕ ਜਾਣੇ ਮੁਹੱਲੇ ਤੇ ਬਸਤੀਆਂ

ਕਦਰਾਂ ਕੀਮਤਾਂ ਦਾ ਵੀ ਖਿਆਲ ਰੱਖਿਉ
ਕਿਤੇ ਹੋ ਜਾਣ ਨਾ ਬਹੁਤੀਆਂ ਸਸਤੀਆਂ
ਜ਼ਿੰਦਗੀ ਦਾ ਪੂਰਾ ਅਨੰਦ ਮਾਣਿਉ
ਲੈਂਦੇ ਰਹੋ ਜੀਵਨ ਦੀਆਂ ਚੁਸਕੀਆਂ
ਜੀਵਨ ਤਾਂ ਚਾਹ ਦੇ ਕੱਪ ਵਾਂਗੂੰ
ਲੈਂਦੇ ਰਹੋ ਜੀਵਨ ਦੀਆਂ ਚੁਸਕੀਆਂ

77) ਬਦਲਦੇ ਰੰਗ

ਸਮਾਂ ਰੰਗ ਬਦਲਦਾ ਹੈ

ਇਹ ਸੰਸਾਰ ਨਹੀਂ ਰੰਗ ਬਦਲਦਾ ਹੈ

ਦੁਨੀਆਂ ਤੇ ਰਹਿੰਦੀ ਉਹੀਓ ਦੀ ਉਹੀ

ਦੇਖਣ ਦਾ ਢੰਗ ਬਦਲਦਾ ਹੈ

ਦੁਸ਼ਮਨ ਨਹੀਂ ਕਦੇ ਹੁੰਦਾ ਜ਼ਮਾਨਾ

ਸੱਜਣ ਵੀ ਬਦਲਦਾ ਹੈ, ਦਬੰਗ ਵੀ ਬਦਲਦਾ ਹੈ

ਮਿੱਤਰ ਉਹੀ ਜੋ ਬਦਲੇ ਕਦੇ ਨਾ

ਅਖੌਤੀ ਮਿੱਤਰਾਂ ਦਾ ਸੰਗ ਵੀ ਬਦਲਦਾ ਹੈ

ਪੁਰਾਣੇ ਮਿੱਤਰਾਂ ਦਾ ਸੰਗ ਹੈ ਵੱਖਰਾ

ਨਸ਼ੇ ਦਾ ਰੰਗ ਬਦਲਦਾ ਹੈ

ਹਰ ਕੋਈ ਹੈ ਵਕਤ ਦਾ ਘੜਿਆ

ਵਕਤ ਹਰ ਅੰਗ ਬਦਲਦਾ ਹੈ

ਸਮਾਂ ਤਾਂ ਚਲਦਾ ਹੈ ਆਪਣੀ ਚਾਲ

ਇਹ ਸੰਸਾਰ ਨਹੀਂ ਰੰਗ ਬਦਲਦਾ ਹੈ

78) ਰਾਹ ਦਾ ਪੱਥਰ

ਸਮਾਂ ਤਾਂ ਹੁੰਦਾ ਬੜਾ ਬਲਵਾਨ
ਕੌਣ ਕਹਿੰਦਾ ਪੱਥਰ ਨਹੀਂ ਭਗਵਾਨ
ਇਨਸਾਨ ਘੜਦਾ ਹੈ ਪੱਥਰ ਨੂੰ
ਰਾਹ ਦਾ ਪੱਥਰ ਘੜਦਾ ਇਨਸਾਨ
ਪੱਥਰ ਜੇ ਨਾ ਰੱਸਤਿਆਂ 'ਚ ਹੁੰਦੇ
ਕਿੰਝ ਸੰਭਲ਼ ਜਾਂਦਾ ਇਨਸਾਨ
ਚੋਟਾਂ ਹੀ ਤਾਂ ਸਬਕ ਸਿਖਾਉਂਦੀਆਂ
ਕਸ਼ਟਾਂ 'ਚ ਯਾਦ ਆਉਂਦਾ ਭਗਵਾਨ
ਪੱਥਰ ਤਰਾਸ਼ ਕੇ ਮੂਰਤੀ ਬਣਦੀ
ਘਾੜਨਹਾਰਾ ਬੜਾ ਮਹਾਨ
ਇਨਸਾਨ ਘੜਦਾ ਹੈ ਪੱਥਰ ਨੂੰ
ਰਾਹ ਦਾ ਪੱਥਰ ਘੜਦਾ ਇਨਸਾਨ
ਕੌਣ ਕਹਿੰਦਾ ਪੱਥਰ ਨਹੀਂ ਭਗਵਾਨ

79) ਵਿਦਿਆਰਥੀ

ਮੈਂ ਵਿਦਿਆਰਥੀ ਹਾਂ ਵਿਦਿਆਰਥੀ ਰਹਾਂਗਾ

ਮੈਂ ਅਧਿਆਪਕ ਬਦਲਦਾ ਰਹਿੰਦਾ ਹਾਂ

ਜ਼ਿੰਦਗੀ ਰੋਜ਼ ਨਵਾਂ ਸਬਕ ਸਿਖਾਂਦੀ

ਠੋਕਰ ਖਾ ਕੇ ਵੀ ਚਲਦਾ ਰਹਿੰਦਾ ਹਾਂ

ਪਾਠਸ਼ਾਲਾ 'ਚ ਜੋ ਕਦੇ ਪੜ੍ਹਿਆ ਨਹੀਂ ਸੀ

ਨਵੇਂ ਸਬਕ ਮੈਂ ਸਿਖਦਾ ਰਹਿੰਦਾ ਹਾਂ

ਜੀਵਨ ਦੀ ਕਿਤਾਬ 'ਚ ਕੁਛ ਕੋਰੇ ਪੰਨੇ

ਅਖਰ ਲਿਖ-੨ ਭਰਦਾ ਰਹਿੰਦਾ ਹਾਂ

ਠੋਕਰਾਂ ਨੇ ਨਾਚੀਜ਼ ਨੂੰ ਪੱਕਿਆਂ ਕੀਤਾ

ਸ਼ੁਕਰ ਠੋਕਰਾਂ ਦਾ ਕਰਦਾ ਰਹਿੰਦਾ ਹਾਂ

80) ਅਧਿਆਪਕ

ਜਿਹੜੇ ਅਧਿਆਪਕਾਂ ਨੇ ਘੋੜੀ ਕੰਨ ਫੜਵਾਏ

ਜਿਨ੍ਹਾਂ ਨੇ ਪਿੱਛੋਂ ਦੀ ਬੈਂਤ ਲਗਾਏ

ਜਿਨ੍ਹਾਂ ਨੇ ਨਿਕੰਮੇ ਵੀ ਬੰਦੇ ਬਣਾਏ

ਉਨ੍ਹਾਂ ਅਧਿਆਪਕਾਂ ਨੂੰ ਸਲਾਮ ਮੈਂ ਕਰਦਾ ਹਾਂ

ਉਨ੍ਹਾਂ ਨੂੰ ਲੱਖ ਪ੍ਰਣਾਮ ਮੈਂ ਕਰਦਾ ਹਾਂ

ਜਿਨ੍ਹਾਂ ਅਧਿਆਪਕਾਂ ਨੇ ਡਾਕਟਰ ਬਣਾਏ

ਜਿਨ੍ਹਾਂ ਅਧਿਆਪਕਾਂ ਨੇ ਇੰਜੀਨੀਅਰ ਬਣਾਏ

ਜਿਨ੍ਹਾਂ ਅਧਿਆਪਕਾਂ ਨੇ ਲੇਖਕ ਬਣਾਏ

ਉਨ੍ਹਾਂ ਅਧਿਆਪਕਾਂ ਨੂੰ ਸਲਾਮ ਮੈਂ ਕਰਦਾ ਹਾਂ

ਉਨ੍ਹਾਂ ਨੂੰ ਲੱਖ ਪ੍ਰਣਾਮ ਮੈਂ ਕਰਦਾ ਹਾਂ...

81) ਗੀਤ

ਕੱਕਰ ਮਾਰੀਆਂ ਰੁੱਤਾਂ ਵੀ ਝੱਲੀਆਂ
ਛੱਡ ਨਾ ਸਕੇ ਤੇਰੀਆਂ ਗਲ਼ੀਆਂ
ਕਾਇਨਾਤ ਵੀ ਵੈਰੀ ਹੋ ਗਈ ਸੱਜਣਾਂ
ਫਿਰ ਵੀ ਅਸਾਂ ਨਿਭਾਈਆਂ ਪ੍ਰੀਤਾਂ
ਇਸ ਜੱਗ ਦੀਆਂ ਭੈੜੀਆਂ ਕੋੜੀਆਂ ਰੀਤਾਂ

ਕਈ ਬਰਫ਼ੀਲੇ ਤੁਫ਼ਾਨ ਨੇ ਝੱਲੇ
ਅਸੀਂ ਕੱਦ ਹੋਏ ਸੀ ਕੱਲ੍ਹਮ-ਕੱਲ੍ਹੇ
ਸੱਤ ਸਮੁੰਦਰਾਂ ਦਾ ਪੈਂਡਾ ਮੁਕਾ ਕੇ
ਫਿਰ ਵੀ ਅਸਾਂ ਨਿਭਾਈਆਂ ਪ੍ਰੀਤਾਂ
ਇਸ ਜੱਗ ਦੀਆਂ ਭੈੜੀਆਂ ਕੋੜੀਆਂ ਰੀਤਾਂ

ਸੁੱਕੜ ਜਹੀਆਂ ਰੁੱਖਾਂ ਦੀਆਂ ਟਾਹਣੀਆਂ
ਪੱਕੀਆਂ ਸਾਂਝਾਂ ਹਾਣੀਆਂ ਅਸਾਡੀਆਂ
ਚਾਨਣ ਬਣ ਕੇ ਲੰਘਣਾਂ ਅਸਾਨੇ
ਤਿੜਕੇ ਬੂਹਿਆਂ ਦੇ ਵਿੱਚ ਕਈ ਝੀਤਾਂ
ਇਸ ਜੱਗ ਦੀਆਂ ਭੈੜੀਆਂ ਕੋੜੀਆਂ ਰੀਤਾਂ

ਫਿਰ ਵੀ ਅਸਾਂ ਨਿਭਾਈਆਂ ਪ੍ਰੀਤਾਂ

82) ਔਕੜਾਂ

ਔਕੜਾਂ ਸਾਰਿਆਂ ਨੂੰ ਆਉਂਦੀਆਂ ਰਹਿੰਦੀਆਂ
ਨੁਮਾਇਸ਼ ਲਾਉਣ ਦੀ ਜ਼ਰੂਰਤ ਕੀ ਹੈ ?
ਦੁੱਖ-ਤਕਲੀਫ਼ਾਂ ਹਰ ਘਰ ਦੀ ਕਹਾਣੀ
ਢੋਲ ਵਜਾਉਣ ਦੀ ਜ਼ਰੂਰਤ ਕੀ ਹੈ ?
ਬਾਕੀ....ਢੰਡੋਰਾ ਫੇਰਨ ਨੂੰ ਦੁਨੀਆਂ ਬਥੇਰੀ
ਗਲ ਦਿਲ ਨੂੰ ਲਾਉਣ ਦੀ ਜ਼ਰੂਰਤ ਕੀ ਹੈ ?
ਬੋਲ-ਕਬੋਲ ਦੇ ਕਦੇ ਤੀਰ ਨਾ ਮਾਰੀਂ
ਕੌੜੀ ਮਰਚ ਖੁਆਉਣ ਦੀ ਜ਼ਰੂਰਤ ਕੀ ਹੈ ?
ਭੌਂਕਦਾ ਹੈ ਕੋਈ ਲੱਖ ਪਿਆ ਭੌਂਕੇ
ਖਰੀਆਂ ਸੁਨਾਉਣ ਦੀ ਜ਼ਰੂਰਤ ਕੀ ਹੈ ?
ਕਿਸੇ ਦਾ ਚਮੱਕਦਾ ਮੱਥਾ ਦੇਖ ਕੇ
ਆਪਣਾ ਮੱਥਾ ਪੜਵਾਉਣ ਜ਼ਰੂਰਤ ਕੀ ਹੈ ?
ਰੇਸ ਲੱਗੀ ਹੈ ਅੱਗੇ ਨਿਕਲਣ ਦੀ
ਐਵੇਂ ਗਿੱਟੇ ਭਨਵਾਉਣ ਦੀ ਜ਼ਰੂਰਤ ਕੀ ਹੈ ?
ਔਕੜਾਂ ਸਾਰਿਆਂ ਨੂੰ ਆਉਂਦੀਆਂ ਰਹਿੰਦੀਆਂ
ਨੁਮਾਇਸ਼ ਲਾਉਣ ਦੀ ਜ਼ਰੂਰਤ ਕੀ ਹੈ ?

83) ਜਿੰਦ- ਵਿਚਾਰੀ

ਜਿੰਦ ਵਿਚਾਰੀ ਕਲੱਮ-ਕੱਲੀ
ਗੁਆਚੀ ਫਿਰਦੀ ਝੱਲਮ-ਝੱਲੀ
ਭੇਡਾਂ ਦਾ ਵੱਗ ਤੁਰਦਾ ਜਾਏ
ਵਿੱਚ ਨਿਮਾਣੀਏਂ ਤੂੰ ਵੀ ਜਾ ਰੱਲੀ
ਜਿੰਦ ਵਿਚਾਰੀ ਕਲੱਮ-ਕੱਲੀ....
'ਨਾਚੀਜ਼' ਚੀਜ਼ਾਂ ਦੇ ਨਸ਼ੇ ਵਿੱਚ
ਨਾਚੀਜ਼ ਵੀ ਹੋਇਆ ਫਿਰਦਾ ਟੱਲੀ
ਜਿੰਦ ਵਿਚਾਰੀ ਕਲੱਮ-ਕੱਲੀ
ਗੁਆਚੀ ਫਿਰਦੀ ਝੱਲਮ-ਝੱਲੀ...

84) ਜਿੰਦ-ਪੰਖੇਰੂ

ਜਿੰਦ ਪੰਖੇਰੂ ਨੇ ਲਾਇਆ ਡੇਰਾ
ਆਹ ਵੀ ਮੇਰਾ ਉਹ ਵੀ ਮੇਰਾ
ਸਨੇਹ ਦੀ ਭਾਸ਼ਾ ਦੁਨੀਆਂ ਭੁੱਲੀ
ਚੀਕ-ਚਹੇੜਾ ਚਾਰੋ-ਚੁਫ਼ੇਰਾ
ਪਉਣ-ਪਾਣੀ ਅਸਾਂ ਗੰਧਲ਼ਾ ਕੀਤਾ
ਬਿਮਾਰੀਆਂ ਨੇ ਲਾਇਆ ਹੈ ਡੇਰਾ

ਅੰਨੇ-ਵਾਹ ਅਸਾਂ ਰੁੱਖ ਨੇ ਵੱਢੇ

ਟੱਪ ਗਏ ਹਰ ਹੱਦ-ਬਨੇਰਾ

ਜੀਵਨ ਦੀ ਅਸਾਂ ਜੜ੍ਹ ਹੈ ਵੱਢੀ

ਮੇਰਾ ਹੀ ਮੇਰਾ, ਬੱਸ ਸੱਭ ਕੁੱਛ ਮੇਰਾ

ਲਾਈਟਾਂ ਦੀ ਹੈ ਜੱਗ-ਮਗਾਹੱਟ

ਦੁਨੀਆਂ 'ਚ ਫਿਰ ਵੀ ਘੁੱਪ ਹਨੇਰਾ

ਆਪੋ-ਧਾਪੀ ਤੇ ਖਿੱਚਮ-ਖਿੱਚੀ

ਬੰਦਾ ਜੱਪਦਾ ਮੇਰਾ ਹੀ ਮੇਰਾ

ਕੁੰਭ-ਕਰਨੀ ਨੀਂਦ 'ਚ ਸੁੱਤੇ

ਜੱਦ ਜਾਗੋ ਤੱਦ ਹੀ ਸਵੇਰਾ

ਸਿਕੰਦਰ ਵਾਂਗ ਖਾਲ਼ੀਂ ਹੱਥ ਜਾਣਾ

....

....

ਨਾ ਕੁੱਛ ਤੇਰਾ ਨਾ ਕੁੱਛ ਮੇਰਾ

ਜਿੰਦ ਪੰਖੇਰੂ ਨੇ ਲਾਇਆ ਡੇਰਾ

ਆਹ ਵੀ ਮੇਰਾ ਉਹ ਵੀ ਮੇਰਾ

85) ਮਾਤ -ਦਿਵਸ

ਬਾਕੀ ਦਿਨ ਮੇਰੇ ਇੱਕੋ ਦਿਨ ਤੇਰਾ

ਇਹ ਪੀੜਾ ਕਿਵੇਂ ਸਹਿਵਾਂਗਾ ਮੈਂ

ਮਦਰਜ਼ ਡੇ ਇਕੋ ਦਿਨ ਰੱਖਿਆ

ਤੇਰਾ ਕਰਜ਼ਾ ਕਿਵੇਂ ਦਵਾਂਗਾ ਮੈਂ

ਹਰ ਸੁਆਸ-ਸੁਆਸ ਤੇ ਹੱਕ ਹੈ ਤੇਰਾ

ਰੋਜ਼ ਮਦਰਜ਼ ਡੇ ਸਮਝਾਂ ਗਾ ਮੈਂ

ਮਾਂ ਤਾ ਹੁੰਦੀ ਰੱਬ ਦਾ ਰੂਪ ਹੈ

ਮਾਂ ਦਾ ਦੇਣਾ ਕਿਵੇਂ ਦਵਾਂਗਾ ਮੈਂ

ਅਜ ਕਲ ਮਾਂ ਨੂੰ ਇਕੋ ਦਿਨ ਦਿੰਦੇ

ਸਵਾਰਥੀ ਲੋਕ ਕਹਾਂਗਾ ਮੈਂ

ਮਾਂ ਦਾ ਕਰਜ਼ਾ ਕਿਵੇਂ ਦਵਾਂਗਾ ਮੈਂ

86) ਪਿਤਾ ਰੱਬ ਦਾ ਰੂਪ

ਰੱਬ ਬਣ ਕੇ ਆਇਆ ਤੂੰ ਓ ਮੇਰੇ ਪਿਤਾ...........
ਚੋਗਾ ਬੋਟਾਂ ਦੇ ਮੂੰਹ 'ਚ ਪਾਇਆ ਤੂੰ ਓ ਮੇਰੇ ਪਿਤਾ

ਲਹੂ ਦੀ ਬੱਤੀ ਬਾਲ ਕੇ ਜੋ ਚਾਨਣ ਤੂੰ ਵੰਡਿਆ ਸੀ
ਉੱਸੇ ਰੌਸ਼ਨੀ ਨੇ ਘਰ ਰੁਸ਼ਨਾਇਆ ਓ ਮੇਰੇ ਪਿਤਾ

ਪਸੀਨੇ ਦੀ ਗੰਧ ਤੇਰੇ ਕੱਪੜਿਆਂ 'ਚੋਂ ਭਾਵੇਂ ਆਉਂਦੀ ਸੀ
ਤੇਰੇ ਪਸੀਨੇ ਨੇ ਜੀਵਨ ਮਹਿਕਾਇਆ ਓ ਮੇਰੇ ਪਿਤਾ

ਤੇਰੇ ਪੂਰਨਿਆਂ ਤੇ ਚਲ ਕੇ ਅਸੀਂ ਪੈਰਾਂ ਤੇ ਖੜ੍ਹ ਗਏ ਹਾਂ
ਲਗਾ ਉਂਗਲੀ ਨਾਲ ਚਲਾਇਆ ਤੂੰ ਓ ਮੇਰੇ ਪਿਤਾ

ਮਾਂ ਨੂੰ ਲੋਕੀਂ ਸਾਰੇ ਰੱਬ ਕਹਿੰਦੇ ਨੇ
ਤੂੰ ਆਪਾ ਮਾਰ ਮੁਕਾਇਆ ਓ ਮੇਰੇ ਪਿਤਾ

ਰੱਬ ਬਣ ਕੇ ਆਇਆ ਤੂੰ ਓ ਮੇਰੇ ਪਿਤਾ...........

87) ਮੈਂ ਲਿੱਖਦਾ ਰਹਾਂਗਾ

ਲਿੱਖਾਈ ਚੱਲੇ ਤਾਂ ਲਿੱਖਦਾ ਰਹਾਂਗਾ
ਸਬਕ ਜ਼ਿੰਦਗੀ ਦਾ ਸਿੱਖਦਾ ਰਹਾਂਗਾ
ਕਤਰਾ-ਕਤਰਾ ਮੈਂ ਬਲਦਾ ਰਹਾਂਗਾ
ਉਸ ਦੀ ਮੌਜ ਵਿੱਚ ਚੱਲਦਾ ਰਹਾਂਗਾ

ਜਿਵੇਂ ਬੁਲਾਵੇ ਉਵੇਂ ਹੀ ਬੋਲਾਂਗਾ
ਜਿਵੇਂ ਤੁਲਾਵੇ ਉਵੇਂ ਹੀ ਤੋਲਾਂਗਾ
ਵਾਂਗ ਸੂਰਜ ਦੇ ਢੱਲਦਾ ਰਹਾਂਗਾ
ਉਸ ਦੀ ਮੌਜ ਵਿੱਚ ਚੱਲਦਾ ਰਹਾਂਗਾ

ਜਿਵੇਂ ਤੁਰਾਵੇ ਉਵੇਂ ਤੁਰਾਂਗਾ
ਜਿਵੇਂ ਨੱਚਾਵੇ ਉਵੇਂ ਨੱਚਾਂਗਾ
ਦੀਪਕ ਵਾਂਗ ਮੈਂ ਜਲਦਾ ਰਹਾਂਗਾ
ਉਸ ਦੀ ਮੌਜ ਵਿੱਚ ਚੱਲਦਾ ਰਹਾਂਗਾ

ਚੋਗ਼ਾ ਉਸਦਾ ਚੁੱਗਦਾ ਰਹਾਂਗਾ
ਅੰਕੁਰ ਵਾਂਗ ਮੈਂ ਉੱਗਦਾ ਰਹਾਂਗਾ

ਸੁਨਿਹੜੇ ਸੱਜਣਾਂ ਨੂੰ ਘੱਲਦਾ ਰਹਾਂਗਾ
ਉਸ ਦੀ ਮੌਜ ਵਿੱਚ ਚੱਲਦਾ ਰਹਾਂਗਾ

ਲਿੱਖਾਈ ਚੱਲੇ ਤਾਂ ਲਿੱਖਦਾ ਰਹਾਂਗਾ
ਸਬਕ ਜ਼ਿੰਦਗੀ ਦਾ ਸਿੱਖਦਾ ਰਹਾਂਗਾ
ਕਤਰਾ-ਕਤਰਾ ਮੈਂ ਬਲਦਾ ਰਹਾਂਗਾ
ਉਸ ਦੀ ਮੌਜ ਵਿੱਚ ਚੱਲਦਾ ਰਹਾਂਗਾ

88) ਪੋਹ-ਫੁਟਾਲਾ

ਪੋਹ-ਫੁਟਾਲਾ
ਹੋਇਆ ਉਜਾਲਾ
ਪੰਛੀ ਨੇ ਗਾਂਦੇ
ਚਹਿ-ਚਹਾਂਦੇ
ਕਾਵਾਂ-ਰੌਲੀ
ਪਾਵੇ ਹੌਲੀ
ਅੱਖਾਂ ਮੱਲਾਂ
ਪਲਕਾਂ ਖੋਲਾਂ
ਧਰਤ ਨੂੰ ਮੱਥਾ ਟੇਕਾਂ
ਫਿਰ ਅੰਬਰੀਂ ਦੇਖਾਂ

ਲੰਘ ਗਈ ਹੈ ਰਾਤ

ਗੁਜ਼ਰ ਗਈ ਬਾਤ

ਸ਼ੁਕਰ ਹੈ ਤੇਰਾ

ਅੱਜ ਦਿਨ ਹੈ ਮੇਰਾ

ਸੈੱਲ-ਫੋਨ ਨੂੰ ਦੇਖਾਂ

ਵੱਟਸੈਪ ਨੂੰ ਤੱਕਾਂ

ਚਲ ਫੇਸਬੁੱਕ

ਤੇ ਫੇਰਾਂ ਲੁੱਕ

ਗੁੱਡ-ਮਾਰਨਿੰਗ ਦਾ ਸੁਨੇਹਾ

ਮਿੱਤਰਾਂ ਦਾ ਕਿਹਾ

ਮੈਂ ਦੋ ਅੱਖਰ ਲਿੱਖਾਂ

ਨਾਲੇ ਬਹੁਤ ਕੁੱਛ ਸਿੱਖਾਂ

89) ਹਾਸ-ਰਸ

ਅੱਖਰਾਂ ਦਾ ਸਲਾਦ ਬਣਾ ਕੇ

ਜੁਮਲਿਆਂ ਦਾ ਮਸਾਲਾ ਲਗਾ ਕੇ

ਅਰਮਾਨਾਂ ਦਾ ਤੜਕਾ ਲਗਾ ਕੇ

ਇੱਕ ਸੁਆਦ ਤਰਕਾਰੀ ਬਣਾਵਾਂਗਾ

ਅੱਜ ਨਵੀਂ ਕਵਿਤਾ ਬਣਾਵਾਂਗਾ

ਸੋਚਾਂ 'ਚ ਡੂੰਘੀ ਚੁੱਭੀ ਲਗਾ ਕੇ

ਯਾਦਾਂ ਦੇ ਪਰ ਫੜ-ਫੜਾ ਕੇ

ਇਧਰੋਂ-ਉੱਧਰੋਂ ਦੋ ਲਫਜ਼ ਚੁਰਾ ਕੇ

ਇਕ ਨਜ਼ਮ ਨਵੀਂ ਬਣਾਵਾਂਗਾ

ਯਾਰਾਂ ਨੂੰ ਫਿਰ ਸੁਣਾਵਾਂਗਾ

ਹਾਸ-ਰਸ ਦੀ ਕਵਿਤਾ ਬਣਾਵਾਂਗਾ

ਆਈ-ਕਲਾਊਡ ਦੀ ਆਈ.ਡੀ ਬਣਾ ਕੇ

ਆਈ ਫੋਨ ਦੇ ਨੋਟ ਪੈਡ ਚ ਸਜਾ ਕੇ

ਕਾਪੀ-ਪੇਸਟ ਦੀ ਜੁਗਤੀ ਲਗਾ ਕੇ

ਵੱਟਸਐਪ ਤੇ ਫ਼ਾਰਵਰਡ ਕਰ ਦਿਖਾਵਾਂਗਾ

ਯਾਰਾਂ ਨੂੰ ਥੋੜ੍ਹਾ ਜਿਹਾ ਤਾਂ ਹਸਾਵਾਂਗਾ

ਹਾਸ ਰਸ ਦੀ ਕਵਿਤਾ ਆਖ ਸੁਣਾਵਾਂਗਾ

ਜੇ ਕਹੋ ਤਾਂ ਈ.ਮੇਲ ਵੀ ਕਰ ਦਿਖਾਵਾਂਗਾ

ਅੱਜ ਹਾਸ ਰਸ ਕਵਿਤਾ ਆਖ ਸੁਣਾਵਾਂਗਾ.....

....

ਮਿੱਤਰਾਂ ਤੋਂ ਵਾਹ-ਵਾਹ ਜ਼ਰੂਰ ਕੁਹਾਵਾਂਗਾ

90) ਸ਼ੁੱਭ-ਸਵੇਰਾ

ਝਰੋਖੇ ਥਾਣੀਂ ਕਾਟੋ ਕੋਈ ਤੱਕਦੀ
ਤਿਤਲੀ ਉਡਦੀ ਥੋੜਾ-ਬਥੇਰਾ
ਚੁਪਕੇ ਜਹੀ ਦਰਵਾਜ਼ਾ ਖੋਲ ਕੇ
ਕਹਿੰਦੀ ਪਰੀ ਕੋਈ ਸ਼ੁਭ ਸਵੇਰਾ
ਸੂਰਜ ਵੀ ਖਿੜਕੀ ਵਿੱਚੋਂ ਝਾਕਦਾ
ਰੌਸ਼ਨ ਹੋਇਆ ਘਰ ਦਾ ਬਨੇਰਾ
ਨਿੰਮੀਂ-ਨਿੰਮੀ ਹਵਾ ਪਈ ਵੱਗਦੀ
ਮਿਲਦਾ ਅਨੰਦ ਤੇ ਸੁੱਖ ਘਨੇਰਾ
ਖੁਰਲੀ ਲਾਗੇ ਪਿਆ ਉਡੀਕੇ
ਅਵਾਜ਼ਾਂ ਮਾਰਦਾ ਪਿਆ ਲਵੇਰਾ
ਪੂਰਬ ਬਨੇਂ ਹੋਇਆ ਚਾਨਣਾ
ਸੂਰਜ ਅੱਜ ਬੜਾ ਸੁਨਹਿਰਾ
ਚੁਪਕੇ ਜਹੀ ਦਰਵਾਜ਼ਾ ਖੋਲ ਕੇ
ਕਹਿੰਦੀ ਪਰੀ ਕੋਈ ਸ਼ੁਭ ਸਵੇਰਾ

91) ਹਨੇਰੀਆਂ ਗਲ਼ੀਆਂ

ਕੁੱਛ ਸਿਰੇ ਤੋਂ ਬੰਦ ਹਨੇਰੀਆਂ ਗਲ਼ੀਆਂ
ਪਰਛਾਵਿਆਂ ਨੂੰ ਰਸਤਾ ਜ਼ਰੂਰ ਦਿੱਖਾਇਆ ਕਰੋ

ਸੁਪਨਿਆਂ ਦੀਆਂ ਗੁੰਝਲਦਾਰ ਕੁੱਛ ਗਲ਼ੀਆਂ
ਹਨੇਰੀਆਂ ਰਾਤਾਂ 'ਚ ਦੀਵਾ ਜ਼ਰੂਰ ਜਗਾਇਆ ਕਰੋ

ਡਗਮਗਾਂਦੇ ਕਦਮਾਂ ਨੂੰ ਰੱਖੋ ਹੋ ਕੇ ਪੱਕਿਆਂ
ਦਿਵਾਰਾਂ ਨੂੰ ਸਹਾਰਾ ਨਾ ਕਦੇ ਬਣਾਇਆ ਕਰੋ

ਸੁਪਨੇ ਤੇ ਪਰਛਾਵੇਂ ਕਈ ਦੈਂਤ ਦਿਖਾਉਂਦੇ
ਖ਼ੌਫ਼ ਨੂੰ ਦੂਰ ਜ਼ਰੂਰ ਭੱਜਾਇਆ ਕਰੋ

ਪਰਛਾਂਵੇ ਦੂਰ ਹੁੰਦੇ ਹਕੀਕਤ ਤੋਂ ਅਕਸਰ
ਫ਼ੌਕੀ ਧਾਰਨਾ ਨਾ ਐਵੇਂ ਬਣਾਇਆ ਕਰੋ

ਕੁੱਛ ਸਿਰੇ ਤੋਂ ਬੰਦ ਹਨੇਰੀਆਂ ਗਲ਼ੀਆਂ
ਪਰਛਾਵਿਆਂ ਨੂੰ ਰਸਤਾ ਜ਼ਰੂਰ ਦਿੱਖਾਇਆ ਕਰੋ

92) ਨਜ਼ਰੀਆ ਆਪਣਾ-੨

ਹਰ ਕੋਈ ਆਪਣੇ ਨਜ਼ਰੀਏ ਨਾਲ
ਦੁਨੀਆਂ ਸਾਰੀ ਨੂੰ ਦੇਖ ਰਿਹਾ ਹੈ
ਨਾਚੀਜ਼ ਵੀ ਆਪਣੇ ਨਜ਼ਰੀਏ ਨਾਲ
ਇਸ ਦੁਨੀਆਂ ਨੂੰ ਦੇਖ ਰਿਹਾ ਹੈ
ਟੈਲੀਸਕੋਪ 'ਚੋਂ ਹਰ ਕੋਈ ਦੇਖੇ
ਦਾਇਰੇ ਤੋਂ ਬਾਹਰ ਕੁੱਝ ਨਾ ਦਿੱਖੇ
ਹਰ ਕਿਸੇ ਦਾ ਆਪਣਾ ਨਜ਼ਰੀਆ
ਆਪਣੀ-ਆਪਣੀ ਟੈਲੀਸਕੋਪ ਦਾ
ਵੱਖਰੋ-ਵੱਖਰਾ ਆਪਣਾ ਨਜ਼ਰੀਆ
ਐਪਰ ਦੁਨੀਆਂ ਦੀ ਅਜਬ ਕਹਾਣੀ
ਜਿਵੇਂ ਨਜ਼ਰੀਆ ਉਵੇਂ ਹੀ ਜਾਣੀ
ਪ੍ਰੇਮ ਪਿਆਰ ਦੀ ਡਫ਼ਲੀ ਵਜਾਉਂਦਾ
ਮਸਤ ਮੋਲਾ ਸਭ ਦੇਖ ਰਿਹਾ ਹੈ
ਹਰ ਕੋਈ ਆਪਣੇ ਨਜ਼ਹੀਏ ਨਾਲ
ਦੁਨੀਆਂ ਸਾਰੀ ਨੂੰ ਦੇਖ ਰਿਹਾ ਹੈ

93) ਮੈਂ ਤੇ ਮੁਸ਼ਕਿਲ

ਮੈਂ ਹਾਂ ਤਾਂ ਮੁਸ਼ਕਲ ਹੈ
ਮੈਂ ਨਹੀਂ ਤਾਂ ਮੁਸ਼ਕਲ ਕਾਹਦੀ
ਮੁਸ਼ਕਲਾਂ ਮੈਂ ਨਾਲ ਜੁੜੀਆਂ ਹੋਈਆਂ
ਮੁਸ਼ਕਲਾਂ ਨਹੀਂ ਤਾਂ ਜ਼ਿੰਦਗੀ ਕਾਹਦੀ
ਮੁਸ਼ਕਲਾਂ ਨਾਲ ਕਹਾਣੀ ਸਰਲ ਹੈ ਹੁੰਦੀ
ਮੁੱਢੋਂ ਸਰਲ ਤਾਂ ਮੁਸ਼ਕਲ ਕਾਹਦੀ
ਮੁਸ਼ਕਲਾਂ ਜੀਉਣਾ ਅਸਾਨ ਕਰਦੀਆਂ
ਅਸਾਨ ਜੀਵਨ ਤਾਂ ਮੁਸ਼ਕਲ ਕਾਹਦੀ
ਕੁੱਛ ਲਫ਼ਜ਼ਾਂ ਦੀ ਕਹਾਣੀ ਹੈ ਜੀਵਨ
ਮੁਸ਼ਕਲਾਂ ਨਹੀਂ ਤਾਂ ਕਹਾਣੀ ਕਾਹਦੀ

94) ਨਾਰੀ

ਨਾਰੀ ਨਹੀਂ ਕੋਈ ਚੀਜ਼ ਵਿਚਾਰੀ...
ਨਾਰੀ ਨੇ ਕੁਲ ਦੁਨੀਆਂ ਉਸਾਰੀ

ਕੁੱਖ 'ਚ ਪਾਲਿਆ ਹੈ ਸਾਰਿਆਂ ਨੂੰ
ਦਿੱਤਾ ਰੂਪ ਸਵਾਰਿਆ ਸਾਰਿਆਂ ਨੂੰ

ਧੜਕਨ ਦਿਲਾਂ ਨੂੰ ਦਿੱਤੀ ਉਧਾਰੀ
ਨਾਰੀ ਨਹੀਂ ਕੋਈ ਚੀਜ਼ ਵਿਚਾਰੀ...

ਸੁੰਦਰ ਚਿਹਰੇ ਕਦੇ ਮਿਲਣੇ ਨਹੀਂ ਸੀ
ਫੁੱਲ ਗੁਲਸ਼ਨ 'ਚ ਕਦੇ ਖਿੱਲਣੇ ਨਹੀਂ ਸੀ
ਜੇ ਹੁੰਦੀ ਨਾਂ ਫੁੱਲਾਂ ਦੀ ਕਿਆਰੀ
ਨਾਰੀ ਨਹੀਂ ਕੋਈ ਚੀਜ਼ ਵਿਚਾਰੀ...

ਸੁਹਣਾ, ਸੁਹਿਰਦ, ਅਪਾਰ ਅਨੂਪ
ਨਾਰੀ ਦਾ ਕਿੰਨਾ ਸੁੰਦਰ ਹੈ ਰੂਪ
ਕਦੇ ਮਾਂ ਤੇ ਕਦੇ ਬੇਟੀ ਪਿਆਰੀ
ਨਾਰੀ ਨਹੀਂ ਕੋਈ ਚੀਜ਼ ਵਿਚਾਰੀ...

ਜਦ ਨਾਰੀ ਨੂੰ ਦੇਵੀ ਤੁਸੀਂ ਮੰਨਦੇ ਹੋ
ਆਏ ਦਿਨ ਕੁਕਰਮ ਕਿਉਂ ਕਰਦੇ ਹੋ
ਜਿਸ ਨੂੰ ਦੇਵਤੇ ਵੀ ਸੀਸ ਝੁਕਾਉਂਦੇ ਨੇ
ਉਸਤੋਂ ਜਾਈਏ ਸਦਕੇ ਅਤੇ ਬਲਿਹਾਰੀ
ਨਾਰੀ ਨਹੀਂ ਕੋਈ ਚੀਜ਼ ਵਿਚਾਰੀ..

ਨਾਰੀ ਹੀ ਸਾਕਸ਼ਾਤ ਲੱਛਮੀ ਹੈ
ਨਾਰੀ ਹੀ ਸਾਕਸ਼ਾਤ ਸਰੱਸਵਤੀ ਹੈ
ਦਾਨਵਾਂ ਦਾ ਸੰਘਾਰ ਵੀ ਕਰਦੀ ਹੈ
ਬਣ ਦੁਰਗਾ ਮਾਤਾ ਸ਼ਸਤਰ ਧਾਰੀ
ਨਾਰੀ ਨਹੀਂ ਕੋਈ ਚੀਜ਼ ਵਿਚਾਰੀ..

ਵੰਸ਼ ਨੂੰ ਚਲਾਉਣ ਵਾਲੀ ਹੈ ਨਾਰੀ
ਫੇਰੋ ਨਾਂ ਕੁੱਖਾਂ ਤੇ ਆਰੀ
ਫਿਰ ਨੂੰਹਾਂ ਕਿੱਥੋਂ ਲਿਆਵੋ ਗੇ
ਜੇ ਬੇਟੀ ਤੁਸਾਂ ਨੇ ਕੁੱਖਾਂ 'ਚ ਮਾਰੀ...
ਨਾਰੀ ਨਹੀਂ ਕੋਈ ਚੀਜ਼ ਵਿਚਾਰੀ...

....

....

ਨਾਰੀ ਨੇ ਕੁਲ ਦੁਨੀਆਂ ਉਸਾਰੀ

95) ਜੀਵਨ ਦਾ ਹਰ ਪਲ ਕੀਮਤੀ

ਜੀਵਨ ਦਾ ਹਰ ਪਲ ਕੀਮਤੀ
ਘੜੀ-ਘੜੀ, ਪਲ-ਪਲ ਕੀਮਤੀ
ਸਥਿਰਤਾ ਤਾਂ ਮੌਤ ਦੀ ਨਿਸ਼ਾਨੀ
ਜ਼ਿੰਦਗੀ ਦੀ ਹਲਚਲ ਕੀਮਤੀ
ਹਰ ਘੜੀ ਜੀਵਨ ਤੁਰਦਾ ਜਾਂਦਾ
ਜੀਵਨ ਦਾ ਹਰ ਪਲ ਕੀਮਤੀ
ਕੱਚੀਆਂ ਤੰਦਾਂ ਤੋਂ ਬਣੇ ਨੇ ਬੰਧਨ
ਤਾਣਾ ਕੀਮਤੀ, ਮਖ਼ਮਲ ਕੀਮਤੀ
ਗੁਜ਼ਰੇ ਪਲ ਕੋਈ ਪਾਠ ਪੜ੍ਹਾਉਂਦੇ
ਹੈ ਅੱਜ ਅਤੇ ਕੱਲ ਕੀਮਤੀ
ਜੀਵਨ ਨਿਰੰਤਰ ਨਦੀ ਦੇ ਵਾਂਗੂੰ
ਵੱਗਦੀ ਨਦੀ ਦੀ ਕਲ-ਕਲ ਕੀਮਤੀ
ਗਰਦਿਸ਼ 'ਚ ਤਾਰੇ ਕਈ ਘਰ ਬਦਲਦੇ
ਤਾਰਿਆਂ ਦਾ ਹਰ ਇਕ ਸਥੱਲ ਕੀਮਤੀ
ਜੀਵਨ ਦਾ ਹਰ ਪਲ ਕੀਮਤੀ

96) ਮੇਰੇ ਪੱਲੇ

ਮੇਰੇ ਪੱਲੇ ਸੁਖ ਨੇ ਬਥੇਰੇ

ਦੋ ਦੁੱਖ ਤੇਰੇ

ਸੋ ਸੁਖ ਮੇਰੇ

ਤੇਰੇ ਮੇਰੇ

ਮੇਰੇ ਤੇਰੇ

ਹਨੇਰੇ ਤੇ ਸਵੇਰੇ

ਸਵੇਰੇ ਤੇ ਹਨੇਰੇ

ਤੇਰੇ ਮੇਰੇ

ਮੇਰੇ ਤੇਰੇ

ਸੁਖ ਨੇ ਬਥੇਰੇ

ਦੋ ਹੰਝੂ

ਪਰ ਲੱਖ ਨੇ ਖੇੜੇ

ਕੱਦ ਦੇ ਭੁੱਲੇ

ਭੁੱਲੇ ਕੱਦ ਦੇ

ਵਕਤ ਨੇ ਪਾਏ

ਸਨ ਜੋ ਬਖੇੜੇ

ਕੌਣ ਹੈ ਕਿੱਥੇ

ਕਿੱਥੇ ਹੈ ਕੌਣ

ਕਿਸ ਨੂੰ ਪੁੱਛਦਾ

ਕੌਣ ਨੇ ਕਿਹੜੇ

ਤੇਰੇ ਮੇਰੇ

ਮੇਰੇ ਤੇਰੇ

ਪਲ ਨੇ ਸਾਂਝੇ

ਸਾਂਝੇ ਪਲ

ਹਰ ਸਾਂਝ-ਸਵੇਰੇ

ਖੱਟੀ ਖੱਟ ਲਈ

ਖੱਟ ਲਈ ਖੱਟੀ

ਕੱਟ ਜਾਣ ਤੇਰੇ

ਕੱਟ ਜਾਣ ਮੇਰੇ

ਫਾਨੀ ਜਗ ਦੇ

ਜਨਮਾਂ ਦੇ ਫੇਰੇ

ਸਾਡੇ ਪੱਲੇ ਸੁਖ ਨੇ ਬਸੇਰੇ

97) ਦਸਤਕ

ਦਿਲ ਦੇ ਝਰੋਖਿਆਂ 'ਚੋਂ ਝਾਕ ਕੇ ਦੇਖਾਂ
ਦਸਤਕ ਕਿਸ ਨੇ ਕੀਤੀ ਹੈ

ਕੋਈ ਤਾਂ ਤਿੜਕੇ ਬੂਹੇ ਖੜਕਾਉਂਦਾ
ਸਬਰ ਸੁਰਾਹੀ ਅਸਾਂ ਨੇ ਪੀਤੀ ਹੈ

ਖੰਡਰਾਂ ਦੀ ਕਿਸ ਖੜਕਾਈ ਕੁੰਡੀ
ਅਵਾਜ਼ ਹਲਕੀ ਜਹੀ ਕੀਤੀ ਹੈ

ਹਸਰਤਾਂ ਦੀ ਚਾਦਰ ਸੀ ਲੀਰੋ-ਲੀਰ
ਕਿਸ ਸੂਈ-ਧਾਗੇ ਨਾਲ ਸੀਤੀ ਹੈ

ਦਿਲ ਦੇ ਝਰੋਖਿਆਂ 'ਚੋਂ ਝਾਕ ਕੇ ਦੇਖਾਂ
ਦਸਤਕ ਕਿਸ ਨੇ ਕੀਤੀ ਹੈ

ਬਾਕੀ ਕਿੰਨੀ ਸਾਨੂੰ ਕੋਈ ਪਤਾ ਨਹੀਂ
ਪਤਾ ਨਹੀਂ ਕਿੰਨੀ ਕੁ ਬੀਤੀ ਹੈ

ਕੋਈ ਤਾਂ ਤਿੜਕੇ ਬੂਹੇ ਖੜਕਾਉਂਦਾ
ਸਬਰ ਸੁਰਾਹੀ ਅਸਾਂ ਨੇ ਪੀਤੀ ਹੈ

98) ਫੈਸਲਾ ਤੇ ਫਾਸਲਾ

ਵਾਧੂ ਦਾ ਫੈਸਲਾ ਐਵੇਂ ਨਾ ਬਣਾਵੀਂ
ਫੋਕੇ ਫੈਸਲੇ ਤੇ ਫਾਸਲਾ ਨਾ ਬਣਾਵੀਂ
ਫੈਸਲੇ ਤੋਂ ਪਹਿਲਾਂ ਪੁੱਛ ਲਵੀਂ ਅਸਾਨੂੰ
ਕੱਪ ਵਿਚ ਤੁਫਾਨ ਐਵੇਂ ਨਾ ਉੱਠਾਵੀਂ
ਝਾਕੀਂ ਦਿਲ ਵਿੱਚ ਇਕ ਵਾਰ ਸਜਨਾ
ਅਫ਼ਵਾਹਾਂ ਤੇ ਮਸਲਾ ਐਵੇਂ ਨਾ ਬਣਾਵੀਂ
ਦਿਲ ਦਾ ਸ਼ੀਸ਼ਾ ਹਮੇਸ਼ਾਂ ਸਾਫ ਰੱਖੀਂ
ਸ਼ੀਸ਼ਾ ਸਿੱਲ੍ਹ ਤੇ ਐਵੇਂ ਨਾ ਮਾਰ ਗਿਰਾਵੀਂ
ਵਾਧੂ ਦਾ ਫੈਸਲਾ ਐਵੇਂ ਨਾ ਬਣਾਵੀਂ
ਫੋਕੇ ਫੈਸਲੇ ਤੇ ਫਾਸਲਾ ਨਾ ਬਣਾਵੀਂ

99) ਸਮੇਂ ਦੇ ਰੰਗ

ਚੰਦਰਾ ਸਮਾਂ ਵੀ ਰੰਗ ਦਿਖਾਉਂਦਾ

ਤਰਾਂ-ਤਰਾਂ ਦੇ ਰਾਗ ਵਜਾਉਂਦਾ

ਮਾੜੇ ਸਮੇਂ ਦੇ ਰੰਗ ਨੇ ਨਿਆਰੇ

ਫਾਲਤੂ ਦਾ ਬੰਦਾ ਲਾਗੇ ਨਾ ਆਉਂਦਾ

ਕਿਹੜਾ ਆਪਣਾ ਤੇ ਕੌਣ ਪਰਾਇਆ

ਮਾੜਾ ਸਮਾਂ ਹੀ ਆਖ ਦਰਸਾਉਂਦਾ

ਚੰਗੇ ਸਮੇਂ ਦੀਆਂ ਗਲਾਂ ਛੱਡੋ

ਕੌੜਾ ਵੀ ਮੂੰਹ ਤੇ ਮਿੱਠਾ ਬਣ ਜਾਉਂਦਾ

ਲਗਦੈ ਦਿਨ ਫਿਰ ਗਏ ਅਸਾਡੇ

ਦੁਸ਼ਮਨ ਵੀ ਅਜ ਕਲ ਹੈਲੋ ਬੁਲਾਉਂਦਾ

ਮਤਲਬ ਦੀ ਦੁਨੀਆ ਮਤਲਬ ਦੀਆਂ ਸਲਾਮਾਂ

ਮਾੜੇ ਸਮੇਂ ਚ ਕੋਈ ਲਾਗੇ ਨਾ ਆਉਂਦਾ

ਬੰਦੇ ਦਾ ਨਾ ਮੁਲ ਦੁਨੀਆ ਵਿਚ

ਪੈਸਾ ਹੀ ਸਭ ਨੂੰ ਨਚਾਉਂਦਾ

ਮਨਾ ਲੈ ਖੈਰ ਹਸ ਲੈ ਦੋ ਦਿਨ ਹੋਰ ਚਾਰ

ਸਮਾਂ ਤਾਂ ਸਭ ਨੂੰ ਰੰਗ ਹੈ ਦਿਖਾਉਂਦਾ

100) ਬਾਬਲ ਦੇ ਵਿਹੜੇ

ਸਾਬਣ ਮਲਿਆਂ ਪਾਪ ਨਹੀਂ ਧੁਲਦੇ
ਦਾਮਨ ਕਿਹੜੇ ਰੰਗ ਚ ਰੰਗਾਂ ਮੈਂ
ਅੰਤਾ ਦੇ ਬੱਦਲ ਝੱਖੜ ਝੁੱਲੇ
ਲੀੜੇ ਕਿੱਥੇ ਟੰਗਾਂ ਮੈਂ
ਦਾਮਨ ਦਾਗੋ-ਦਾਗ ਹੈ ਮੇਰਾ
ਬਾਬਲ ਦੇ ਵਿਹੜੇ ਸੰਗਾਂ ਮੈਂ
ਰਸਤੇ-ਰਸਤੇ ਕੰਡੇ ਸੀ ਖਲੇਰੇ
ਹੁਣ ਕਿਹੜੀ ਗਲੀ ਚੋਂ ਲੰਘਾਂ ਮੈਂ
ਚਾਕ ਗਰੇਬਾਨ ਹੁਣ ਹੰਝੂ ਕੇਰਾਂ
ਆਪਣੇ ਮੂੰਹ ਨੂੰ ਚੰਗਾ ਮੈਂ
ਹੁਣ ਸਾਬਣ ਮਲਿਆਂ ਪਾਪ ਨਾ ਧੁੱਲਣ
ਦਾਮਨ ਕਿਹੜੇ ਰੰਗ ਚ ਰੰਗਾਂ ਮੈਂ
ਦਾਮਨ ਦਾਗੋ-ਦਾਗ ਹੈ ਮੇਰਾ
ਬਾਬਲ ਦੇ ਵਿਹੜੇ ਸੰਗਾਂ ਮੈਂ

101) ਜ਼ਿੰਦਗੀ

ਜ਼ਿੰਦਗੀ ਕਠਿਨ ਹੀ ਸਹੀ

ਨਾਮੁਮਕਿਨ ਨਹੀਂ

ਜਾਨਾ ਹੈ ਕਿਧਰ

ਕਿਸ ਕੋ ਪਤਾ

ਗੁਲ-ਏ-ਚਮਨ ਮੇਂ

ਕਿਆ ਮੁਮਕਿਨ ਨਹੀਂ

ਸ਼ਬ ਸੇ ਸਹਰ ਤਕ

ਸਹਰ ਸੇ ਫਿਰ ਸ਼ਬ ਤਕ

ਚਲ ਲੇ ਦੋ ਕਦਮ ਏ ਜ਼ਿੰਦਗੀ

ਜ਼ਿੰਦਗੀ ਮੇਂ ਤੋ ਕੁਛ ਭੀ

ਨਾਮੁਮਕਿਨ ਨਹੀਂ...

ᘓ